പൂർണ

2023

സിന്ധുരാമചന്ദ്രൻ

കോഴിക്കോട് സ്വദേശം. മലബാർ ക്രിസ്ത്യൻ കോളേജ്, കോഴിക്കോട് ഗവണ്മെന്റ് ആർട്സ് & സയൻസ് കോളേജ് എന്നിവിടങ്ങളിൽ പഠനം. ചെന്നൈയിൽ താമസിക്കുന്നു. കവിതകൾക്കുപരി യാത്രാവിവരണം, ലേഖനങ്ങൾ എന്നിവ എഴുതാറുണ്ട്. ചെന്നൈ കവിസംഗമത്തിന്റെ ജോയിന്റ് സെക്രട്ടറി. കവിയരങ്ങുകളിലും സോഷ്യൽ മീഡിയയിലും സജീവമാണ്. ജയദേവൻ കുന്നുങ്കൽ അവാർഡ്, മലയാളി സൗഹൃദവേദി അക്ഷരമേള അവാർഡ്, പ്രകൃതിസംരക്ഷണത്തിന്റെ ഭാഗമായി ഒ എൻ ജി സിയുടെ അവാർഡ്, ചെന്നൈ മലയാളീസ് ഫേസ്ബുക്ക് കൂട്ടായ്മയുടെ Women of the year (2022) in literature അവാർഡ്, കോൺഫെഡറേഷൻ ഓഫ് തമിഴ്നാട് മലയാളി അസോസിയേഷന്റെ മേലൂർ ദാമോദരൻ സ്മാരക കവിതാ പുരസ്കാരം തുടങ്ങി നിരവധി അംഗീകാരങ്ങൾ ലഭിച്ചിട്ടുണ്ട്. കൂടാതെ കാവ്യസദസ്സുകളിൽ കവിതകൾ ആലപിക്കാറുണ്ട്. ഭർത്താവ്: കെ.പി രാമചന്ദ്രൻ (എഞ്ചിനീയർ). മക്കൾ : കെ പി രാഹുൽ(വിദ്യാർത്ഥി), രോഹൻ കെ പി (വിദ്യാർത്ഥി). വിലാസം: സിന്ധു രാമചന്ദ്രൻ. C-3/1, ONGC Residential Complex, പാർക്ക് റോഡ്, അണ്ണാനഗർ വെസ്റ്റ് എക്സ്റ്റൻഷൻ, ചെന്നൈ- 600101. Mobile: 9952021221 e-mail: sindurchandra@gmail.com

കവിതാസമാഹാരം

സിന്ധുരാമചന്ദ്രൻ

നിശ്ശബ്ദതയുടെ നീറ്റലുകൾ

പൂർണ പബ്ലിക്കേഷൻസ്, കോഴിക്കോട്

കോഴിക്കോട് ■ കല്പറ്റ ■ തിരുവനന്തപുരം

Poorna
Publications

Nisabdathayude neettalukal
Collection of Poems
Sindhuramachandran

Malayalam
First Edition: June 2022
Reprint: October 2023

Cover design : Rabeesh
Illustration: Shanmughan Tripunithura

Typesetting: Poorna Clt.
Printing: Manipal Technology

ISBN: 978-81-300-2510-0
10208 (10-2023) 185.II.m.a.e

Published by:
POORNA PUBLICATIONS, KOZHIKODE
TBS Building, G.H. Road, Kozhikode-673001
Ph: 0495-2720085, 2720086, 2721025

Branches: **Kalpetta** 04936-203842
Thiruvananthapuram 0471-2570504

e-mail:tbsbook@gmail.com
Online Bookstore: www.tbsbook.com

സമർപ്പണം

"അക്ഷരങ്ങളിലേക്ക് കൈപിടിച്ച് നടത്തിയ മാതാപിതാക്കൾക്ക്"

എഴുത്തിന്റെ വഴികളിലൂടെ...

അപ്രതീക്ഷിതമായിട്ടാണ് എഴുത്തിന്റെ ലോകത്തേക്ക് ഞാൻ എത്തിച്ചേർന്നത്. തൂലികത്തുമ്പിലൂടെ പുറകോട്ട് സഞ്ചരിക്കുമ്പോൾ വീണ്ടെടുക്കുന്ന ഓർമ്മകളിലൂടെ...

ചെറുപ്പം മുതൽതന്നെ എനിക്ക് വായനയോടും മലയാള ഭാഷയോടും താല്പര്യം ഉണ്ടായിരുന്നു. അതോടൊപ്പം വായന വികസിപ്പിച്ചെടുക്കാനുള്ള സാഹചര്യം കുട്ടിക്കാലത്തുതന്നെ ലഭിച്ചിരുന്നു. അദ്ധ്യാപകനും സാമൂഹ്യപ്രവർത്തകനുമായ അച്ഛന്റെ നേതൃത്വത്തിൽ നടത്തിപോന്നിരുന്ന ജ്ഞാനപോഷിണി വായനശാലയിൽനിന്നുമായിരുന്നു വായനയുടെ തുടക്കം. പിന്നീട് അക്ഷരക്കൂട്ടിന്റെ രുചികൾ പുറംലോകമറിയാതെ കുത്തിക്കുറിക്കുകയായിരുന്നു. പ്രകൃതിയെയും മണ്ണിനെയും മഴയെയും ജീവജാലങ്ങളെയും സ്നേഹിച്ചിരുന്ന ഞാൻ കുഞ്ഞുഭാവനകളിലൂടെയും ചിന്തകളിലൂടെയും അക്ഷരങ്ങൾക്ക് ജീവൻ പകരാൻ ശ്രമിച്ചു. കോരിച്ചൊരിയുന്ന മഴയത്തും അക്ഷരത്തുണ്ടുകൾ ആരുമറിയാതെ ഓരം ചേർന്ന് ഒഴുകുന്നുണ്ടായിരുന്നു.

വിവാഹജീവിതത്തെ തുടർന്ന് ഉത്തരേന്ത്യയിലെ മലയാണ്മയുടെ വേരോട്ടമധികമില്ലാത്ത നാടുകളിൽ എന്റെ വായനയും കുത്തിക്കുറിയ്ക്കലും ഒരുപക്ഷേ, ജീവിതസാഹചര്യംകൊണ്ടാവാം, മനപ്പൂർവം മറന്നുവെച്ചത്. എങ്കിലും, ജീവിതയാത്രയിൽ എന്റെ മനസ്സിന്റെ അടിത്തട്ടിൽ ഊറിക്കിടന്ന കവിതാശകലങ്ങൾക്ക് ചിറകു വിടർത്താനുള്ള ആകാശം കലാസാംസ്കാരിക മേഖലയുടെ വിളനിലമായ ചെന്നൈ എന്ന മദിരാശി പട്ടണത്തിൽ കാത്തിരിപ്പുണ്ടായിരുന്നു. ആദ്യകവിത ചെന്നൈയിൽ നിന്നുള്ള മാസികയിൽ അച്ചടിമഷി പുരളുകയും പുരസ്കാരം ലഭിക്കുകയും ചെയ്തു. എന്നെ സംബന്ധിച്ചിടത്തോളം എഴുത്തിന്റെ ലോകത്തേക്കുള്ള വാതിൽ തുറക്കപ്പെട്ടു. കൂടാതെ, എഴുത്തു തുടരാനുള്ള ആത്മവിശ്വാസവും പ്രചോദനവും കൂടി ആയിരുന്നു അത്. തുടർന്ന് നിരവധി ആനുകാലികങ്ങളിൽ കവിതകൾ പ്രസിദ്ധീകരിക്കാനും, മുഖ്യധാരകളിലേക്കു വ്യാപിപ്പിക്കാനും കഴിഞ്ഞു. സോഷ്യൽ മീഡിയ, എഴുത്തിന്റെ മേഖല സുഗമമാക്കാനുള്ള സാഹചര്യമൊരുക്കി.

അതോടൊപ്പം ചെന്നൈ കവിസംഗമത്തിൽ അംഗമാവുകയും നിരവധി കാവ്യസദസ്സുകൾ പങ്കിടുകയും ചെയ്തു. ആലാപനപാടവം എന്നിലുള്ളതുകൊണ്ടാവാം കവിതയുടെ ഭാവതലങ്ങളിലേക്ക് കൂടുതൽ ഇറങ്ങിച്ചെല്ലാനും കവിതാരചന കൂടുതൽ അനായാസമാക്കാനും കഴിഞ്ഞു. ഏതൊരു സർഗസൃഷ്ടിക്കും വളരാനുള്ള സാഹചര്യവും പ്രോത്സാഹനവും അനിവാര്യമായ ഘടകംതന്നെയാണല്ലോ. ഏറെ വൈകിയാണെങ്കിലും അതെനിക്ക് യഥേഷ്ടം ലഭിച്ചിരുന്നു. എഴുത്തിന്റെ വഴികളിലൂടെ സ്വാതന്ത്ര്യത്തോടെ സഞ്ചരിക്കാൻ കുടുംബത്തിന്റെയും ആത്മാർത്ഥ സുഹൃത്തുക്കളുടെയും സഹകരണം സഹായകമായി. വൃത്തത്തിന്റെയും താളത്തിന്റെയും നിബന്ധനകൾ ഒന്നുമില്ലാതെ ഓർമ്മകളുടെ ഇടവഴികളിൽ നിന്നും അനുഭവങ്ങളിലൂടെയും യാഥാർഥ്യങ്ങളിലൂടെയും നിരീക്ഷണങ്ങളിലൂടെയും തെളിയുന്ന ചിത്രങ്ങൾ രുപപ്പെടുത്താനുള്ള എളിയ ശ്രമമാണെന്റെ കവിതകൾ.

ഇതിൽ ഞാൻ ഒരുമിപ്പിച്ചു വച്ച അക്ഷരങ്ങളെ കവിത എന്ന് പേരിട്ടു വിളിക്കാമോ എന്നെനിക്കറിയില്ല. എന്നിരുന്നാലും, ആരിലും അപ്രീതിയുടെ നിഴൽ പരത്താതെ ഏകാന്തതയിൽ ഞാൻ അനുഭവിക്കുന്ന വൈകാരികഭാവങ്ങളുടെ പ്രതിഫലനങ്ങളുംകൂടിയാണ് ഈ കുഞ്ഞു സൃഷ്ടി. ഇപ്പോഴിത് പുസ്തകരൂപത്തിൽ നിങ്ങളിലേക്ക് ഞാൻ സമർപ്പിക്കുകയാണ്.

എന്റെ ലോകത്തിൽ ഞാൻ കുറിക്കുന്ന അക്ഷരപ്പൂമൊട്ടുകൾ ഒരു പുസ്തകരൂപത്തിൽ പുഷ്പിക്കുന്ന ഈ സ്വപ്നസാക്ഷാത്കാരത്തിന് എന്നോട് സഹകരിച്ചവർക്കും എന്റെ കവിതയെ അവതാരികയിലൂടെ വ്യക്തമായി അടയാളപ്പെടുത്തിയ പ്രിയകവി ശ്രീ. ആലങ്കോട് ലീലാകൃഷ്ണൻ, തുടക്കം മുതൽ എന്നെ പ്രോൽസാഹിപ്പിച്ചുകൊണ്ടിരിക്കുന്ന, പുസ്തകത്തിന്റെ ആഴങ്ങളിലേക്ക് ഇറങ്ങിച്ചെന്ന് അവലോകനം ചെയ്ത ശ്രീ. സേതു എം നായർ കരിപ്പോൾ, പുസ്തക പ്രസിദ്ധീകരണത്തിന് മാർഗ്ഗനിർദ്ദേശം നൽകിയ ശ്രീ. രാജൻ കരുവാരകുണ്ട്, ആശംസകൾ അർപ്പിച്ച ശ്രീ.കാർത്തികേയൻ നായർ, ഡോ. ഖദീജ മുംതാസ്, കവിതയ്ക്കനുയോജ്യമായ ചിത്രങ്ങൾ വരച്ച ശ്രീ. ഷണ്മുഖൻ തൃപ്പൂണിത്തുറ, കവിതയുടെ പൂർണരൂപം ഉൾക്കൊണ്ട് കവിതാസമാഹാരമാക്കിയ പൂർണ പബ്ലിക്കേഷൻസ്, ബന്ധുക്കൾ, സുഹൃത്തുക്കൾ എല്ലാവർക്കും നന്ദി എന്ന വാക്കിലൊതുക്കാതെ ആത്മാർത്ഥമായ സ്നേഹാദരവും കടപ്പാടും ഞാനിവിടെ കുറിക്കുന്നു.

സിന്ധുരാമചന്ദ്രൻ

പ്രണയത്തിന്റെ യോഗാത്മകഭാവങ്ങൾ

സിന്ധുരാമചന്ദ്രന്റെ കവിതകളിൽ ഇന്ദ്രിയാനുഭൂതികളുടെ ഏറ്റവും നവീനമായ ആവിഷ്കാരങ്ങളുണ്ട്. പ്രണയം, പ്രകൃതി, ഋതുക്കൾ എന്നിവ അനുഭവപ്പെടുത്തുന്ന സൗന്ദര്യത്തിന്റെ അനിശ്ചിതത്വം വായനക്കാരിൽ സൃഷ്ടിക്കാൻ സിന്ധുവിനു കഴിയുന്നു. അത് അരാഷ്ട്രീയതയോ, അരാജകത്വമോ അനുഭവപ്പെടുത്തുന്നുമില്ല. മനുഷ്യന്റെ പ്രശ്നങ്ങൾ ഭൗതികം മാത്രമല്ല, അതിനാൽ സമൂഹത്തോടും രാഷ്ട്രീയത്തോടും നേരിട്ടു ബന്ധപ്പെടുത്തി മാത്രമല്ല, ഉദാത്തതയുമായി ബന്ധപ്പെടുത്തിക്കൂടി വേണം കവികൾ പ്രതിനിവൃത്തിയുണ്ടാക്കുവാൻ എന്നത് ആധുനികതയ്ക്കുശേഷം ശക്തിപ്രാപിച്ച ഒരു കാവ്യപ്രത്യയശാസ്ത്രമാണ്. സിന്ധുരാമചന്ദ്രന്റെ കവിതകൾ ആധുനികോത്തരം എന്നു വിശേഷിപ്പിക്കാവുന്ന ഏറ്റവും നവീനമായ ഭാവുകത്വത്തെയാണ് പ്രതിനിധാനം ചെയ്യുന്നത്. വിശേഷിച്ചും പ്രണയം എന്ന അനുഭൂതിയുടെ അനേകമനേകം പെരുക്കങ്ങൾ പലതരത്തിലുള്ള കല്പനാവിശേഷങ്ങളും ഭിന്നഭിന്നഭാവങ്ങളും ഈ കാവ്യസമാഹാരത്തിന്റെ മൗലികമായ അനുഭവമായിത്തീരുന്നുണ്ട്.

"ഒരിക്കലും

കെടാത്ത

നിന്നിലെ

പ്രണയാഗ്നിയാണ് ഞാൻ

നീ എന്റെ ആത്മാവിൽ

ആഴ്ന്നിറങ്ങിയ

ജീവന്റെ വെളിച്ചവും."

'പ്രണയം' എന്നു പേരിട്ടിരിക്കുന്ന ഈ ചെറിയ കവിതയിൽ പ്രണയാനുഭവത്തിന്റെ യോഗാത്മകതലം എത്ര സൂക്ഷ്മമായും അനായാസമായുമാണ് സിന്ധുരാമചന്ദ്രൻ അവതരിപ്പിക്കുന്നത്. വളരെ ഏകാഗ്രവും സൂക്ഷ്മവുമാണ് കവിതയുടെ ഭാവം.

നല്ല കയ്യടക്കത്തോടെ അനുഭവത്തെയും ദർശനത്തെയും സാന്ദ്രമാക്കി ഒതുക്കി ആവിഷ്കരിക്കാനും സിന്ധുവിന് സാധിച്ചിരിക്കുന്നു. നിലയ്ക്കാത്ത സ്പന്ദനങ്ങൾ, അവശേഷിപ്പുകൾ, പ്രണയത്തിന്റെ വരണ്ടതീരം, നിശ്ശബ്ദതയുടെ നീറ്റലുകൾ, കിനാവിന്റെ ശിഷ്ടപത്രം, പ്രണയത്തുള്ളികൾ, രണ്ടിലകൾ, നിനക്കായ് തുടങ്ങിയ കവിതകളിലെല്ലാം പ്രണയത്തിന്റെ അസ്പഷ്ടമായൊരു വേദന സൗന്ദര്യപൂർണമായ ഒരാനന്ദമായി തീരുന്നുണ്ട്, ഒരു മിസ്റ്റിക് കാവ്യാനുഭൂതിപോലെ.

കാവ്യഭാഷണങ്ങളിലാണ് സ്നേഹം പുഷ്പിക്കുന്നതെന്ന് റൂസ്സോ ഒരിക്കൽ പറഞ്ഞിട്ടുണ്ട്. ഇവിടെ സിന്ധുവിന്റെ കാവ്യഭാഷണങ്ങളിൽ പ്രണയം ഒരു നവീനാനുഭൂതിയായി പുഷ്പിക്കുന്നതറിയാം.

ആർദ്രമാം സ്നേഹത്തിലലിഞ്ഞ നിൻ

ഹൃദയം രാഗങ്ങളായ് എനിക്കു തന്നു

(നിനക്കായ്)

എങ്കിലും, ആകാശസീമയിൽ

ഒരൊറ്റ നക്ഷത്രം

നമ്മുടെ പ്രണയത്തെ തിളക്കമാക്കി

ഇരുഹൃദയങ്ങളെ ബന്ധിപ്പിച്ചിരിക്കുന്നു.

(പ്രണയത്തിന്റെ വരണ്ടതീരം)

അദൃശ്യമായ നേർത്ത നൂലുകളാൽ

പരസ്പരം ബന്ധിക്കപ്പെട്ടിരിക്കുന്നു

കാലത്തിനു മായ്ക്കാനാവാത്തവിധം

(അവശേഷിപ്പുകൾ)

ഒരുനാളെരിഞ്ഞടങ്ങും

ഞെട്ടറ്റുവീണ കരിയിലകളാൽ

മൂടപ്പെട്ട്

നിന്നിൽ നിന്നും വേർപിരിയാതെ

(നിലയ്ക്കാത്ത സ്പന്ദനങ്ങൾ)

ഇവിടെയൊക്കെ പ്രണയത്തെക്കുറിച്ചുള്ള പ്രാഥമിക യാഥാർഥ്യമല്ല ഒരുതരം പ്രണയാത്മകസംവാദമാണ് അനുവാചകനറിയുന്നത്. പ്രണയം ചിലപ്പോൾ ആത്മബലിയായിത്തീരുന്നു. ചിലപ്പോൾ ടാഗോറും ആശാനും സങ്കല്പിച്ചതുപോലെ ഒരുതരം യോഗാത്മകസ്വരത്തിലേക്ക് സിന്ധുവിന്റെ കവിത പ്രവേശിക്കുന്നു.

എന്റെ മൗനാക്ഷരങ്ങളിൽ
നീയൊരു നവകാവ്യമായി
പിറവിയെടുക്കുന്നു. (നിശ്ശബ്ദതയുടെ നീറ്റലുകൾ)

ഒരുമിച്ചു നനഞ്ഞിടാം
നമുക്കീ ശ്യാമരാവിൽ...

(പ്രണയത്തുള്ളികൾ)

പ്രണയം മാത്രമല്ല ഈ സമാഹാരത്തിൽ സിന്ധുരാമചന്ദ്രന് കാവ്യ പ്രമേയമാവുന്നത്. വിലക്കുകൾ, നൊമ്പരം, ജീവിതയാത്ര, ബോൺസായ്, പെൺമുറിവ്, കാഴ്ച, കാക്ക, സ്ലേറ്റ്, ഒറ്റമരം, തെച്ചി, മൃത്യു, സാന്ത്വന തീരങ്ങളിലേക്ക്, നിശ്ശബ്ദ ഗർജ്ജനം, ചിലരിങ്ങനെയാണ് തുടങ്ങിയ കവിതകളിൽ ജീവിതാനുഭവങ്ങളുടെ വ്യത്യസ്തമായ ധാരാളം നവീനാ ഖ്യാനങ്ങൾ സിന്ധുരാമചന്ദ്രൻ സൃഷ്ടിച്ചിട്ടുണ്ട്. പലപ്പോഴും സ്ത്രീയ്ക്കു മാത്രം സാധ്യമായ ചില സാമൂഹിക വീക്ഷണങ്ങൾ കാവ്യാത്മകമായി രൂപപ്പെടുത്തിയെടുക്കുന്നു.

"സ്വന്തമെന്നതിരിച്ചറിവിൽ
അടയ്ക്കപ്പെടുന്ന
വാതിലുകൾക്കു
മുന്നിൽ ഉരുകുന്ന പെൺമനം
തേങ്ങലുകൾക്ക്
വിരാമമില്ലാതെ
ഭീതിയുടെ ഇരുളിൽനിന്ന്
വെളിച്ചത്തിലേയ്ക്ക്
ഇനിയെത്രദൂരം...?"

അർദ്ധവിരാമത്തിൽ നിർത്തിയിരിക്കുന്ന ഈയൊരു ചോദ്യത്തിൽ പുതുകാലം നേരിടുന്ന പെൺവിചാരങ്ങളുടെയും വിചാരണകളുടെയും എണ്ണമറ്റ ചോദ്യങ്ങൾ ചോദിക്കാതെ ചോദിക്കപ്പെടുന്നുണ്ട്. ധ്വനിസാന്ദ്ര മായ ഇത്തരം അർദ്ധോക്തികളാണ് സിന്ധുരാമചന്ദ്രനെ വ്യത്യസ്തത യുള്ള എഴുത്തുകാരിയാക്കുന്നത്. പൂർണമായും വെളിപ്പെടുത്തുന്നത ല്ലല്ലോ നല്ല കവിത. യഥാർഥ സഹൃദയന്റെ മനസിൽ പൂരിപ്പിക്കപ്പെടു ന്നതാവണം അത്. കവിയല്ല, വ്യാഖ്യാതാവാണ് കവിത അനുഭവിക്കേ ണ്ടത് എന്ന് കാളിദാസൻ.

സിന്ധുരാമചന്ദ്രന്റെ കവിതകളിൽ നല്ല കവിതയിലേക്കുള്ള ആത്മാർഥ മായ അന്വേഷണങ്ങൾ നാം വായിക്കുന്നു. തീർച്ചയായും ഈ കവി (കവയിത്രി എന്നു വിശേഷിപ്പിക്കുന്നില്ല) മലയാളത്തിലെ പുതുകാവ്യ രംഗത്ത് സ്വന്തം വ്യക്തിമുദ്ര പതിപ്പിക്കും.

സിന്ധുരാമചന്ദ്രന് ഹൃദയപൂർണമായ ഭാവുകാശംസകൾ.

ആലങ്കോട്
21-1-2022

സ്വന്തം

ആലങ്കോട് ലീലാകൃഷ്ണൻ

അവലോകനം

അനുവാചകന്റെ ഹൃദയഭൂമിയിൽ കവി വിതയ്ക്കുന്ന അനുഭൂതിയുടെ വിതകളാണ് കവിതകൾ. കവിമനസ്സിലെ വിഹ്വലതകളുടെ സർഗ്ഗനിഷിക്തമായ കവിയലാണത്. അസ്വസ്ഥതരളിതമായ കവിമനസ്സിൽ നിന്നാണ് ഉദാത്തമായ കാവ്യഗീതികൾ ഉരുവായൊരുങ്ങുന്നത്. ആ അസ്വസ്ഥത സൃഷ്ടിക്കുന്ന അദമ്യങ്ങളായ ഭാവസംവേദങ്ങൾ അനുവാചകന്റെ മനസ്സിൽ ആഹ്ലാദംപൂണ്ട് അനുഭൂതിയുളവാക്കുന്നു. ഓരോ പുതിയ വായനയും പുതിയ ആശയോല്ക്കർഷങ്ങൾ വായനക്കാരനിലുണർത്താൻ പര്യാപ്തമാവുമ്പോഴേ കവിത ഉദാത്തമാവുകയുള്ളൂ. കാവ്യരസജന്യങ്ങളായ അനുഭൂതികളിൽ അഭിരമിപ്പിച്ചുകൊണ്ട് അനുവാചകഹൃദയത്തെ ആഹ്ലാദഭരിതമാക്കുമ്പോഴാണ് യഥാർഥത്തിൽ കവിത അനവദ്യമാവുന്നത്. ആ അനവദ്യതയോട് വായനക്കാരൻ പുലർത്തുന്ന ആസക്തി നിമിത്തമാണ് പല കാവ്യഗ്രന്ഥങ്ങളും സഹസ്രാബ്ദങ്ങൾക്കപ്പുറവും കാലാതിവർത്തിയായി നിലനിൽക്കുന്നത്.

വിശുദ്ധമായ ഇടങ്ങളാണ് പുസ്തകത്താളുകൾ. വിവിധ വിവരണങ്ങളുടെ സൂക്ഷിപ്പുപുരകളായി അവ തലമുറകളിൽനിന്ന് തലമുറകളിലേക്ക് യാത്ര ചെയ്യുന്നു. ആ വിവരണങ്ങൾ ചരിത്രത്തിന്റെ അടയാളങ്ങളാവാം. ശാസ്ത്രസത്യങ്ങളുടെ കലവറപ്പുരകളാവാം. കഥാകഥനങ്ങളുടെ സഞ്ചിതസങ്കേതങ്ങളാവാം. കാവ്യവരികളുടെ നിവേദ്യസൗന്ദര്യമാവാം. വാക്കുകളുടെ വിന്യാസമനുസരിച്ച് മൂല്യത്തിന്റെ അവസ്ഥകളെ മാറ്റിപ്പിടിച്ചുകൊണ്ട് അവ വ്യത്യസ്തങ്ങളായ ഇടങ്ങളിൽ അഭംഗുരങ്ങളാകുന്നു. മനസിന്റെ വിചാരങ്ങളും വ്യാപാരങ്ങളും അതിൽ നിലീനമായ യാഥാർഥ്യത്തിന്റെ നിഴലാട്ടങ്ങളുമാണ് പുസ്തകത്തിന്റെ രൂപം പൂണ്ട് കിടക്കുന്നത്. ആ മനോവിചാരങ്ങളും വ്യാപാരങ്ങളും കാലാതിവർത്തികളാവുമ്പോഴേ അവയുൾക്കൊള്ളുന്ന കൃതികൾ കൃതകൃത്യമാവുന്നുള്ളൂ. ഇത് കാവ്യപുസ്തകങ്ങൾക്കും ബാധകമായ യാഥാർഥ്യം തന്നെയാണ്.

ഇന്ന് കവിതാമണ്ഡലം എത്തിപ്പെട്ടുനിൽക്കുന്നത് അപകടകരമായ പശ്ചാത്തലത്തിലാണ്. ആർക്കും കൈകാര്യം ചെയ്യാവുന്ന 'എന്തോ

ഒന്നാണ്' കവിത എന്ന അബദ്ധസങ്കല്പത്തിൽ ആമഗ്നരായി പല യശഃപ്രാർഥികളും സ്വയം കവിപ്പട്ടം നെറ്റിയിൽ എടുത്തുചാർത്തിക്കൊണ്ട് കാവ്യഭൂമികയിൽ ഇന്ന് നിതരാം വർത്തിക്കുന്നുണ്ട്. ഗദ്യത്തിൽ എന്തെങ്കിലുമൊക്കെ എഴുതിക്കൂട്ടി, വരികൾ മുറിച്ചു നിരത്തിവെച്ചാൽ കവിതയായി എന്ന ബോധം അവരെ കൊണ്ടുചെന്നെത്തിക്കുന്നത് അക്ഷരവ്യാപാരത്തിന്റെ കള്ളക്കമ്പോളത്തിലേക്കാണ് എന്നവർ തിരിച്ചറിയുന്നില്ല. അതുകൊണ്ടുതന്നെ, കവിതയുടെ വ്യാജവേഷം പൂണ്ട് തന്റെ വായനപ്പുറത്തെത്തുന്ന ക്ഷുദ്രോല്പന്നങ്ങളുടെ നിശിതദംശനങ്ങളേൽക്കാൻ വായനക്കാരൻ വിധിഗതനാവുന്നു. 'കീർത്തിക്കുവേണ്ടിയുള്ള അടിസ്ഥാനപരമായ അന്തർദ്ദാഹം എല്ലാ മനുഷ്യരിലും ഒരുപോലെ അന്തർലീന'മാണെന്ന, അമേരിക്കൻ മനശ്ശാസ്ത്രജ്ഞനായിരുന്ന ഹെൻട്രി മുറെയുടെ സിദ്ധാന്തമാണ് ഈ കടുംകൈ ചെയ്യാൻ ഇവർ പ്രേരിതരാകുന്നതിന്റെ അടിസ്ഥാനപരമായ മനശ്ശാസ്ത്രം. ഈ ദുരിതസത്യം തിരിച്ചറിഞ്ഞുകൊണ്ടാണ്, അധികം വാചാടോപങ്ങളൊന്നുമില്ലാതെ തന്റെ കരണപ്രതികരണങ്ങളെ കാവ്യാക്ഷരങ്ങളിലൂടെ ഭാവോൽക്കൃഷ്ടങ്ങളാക്കി അനുവാചകന് വിരുന്നൊരുക്കിക്കൊണ്ട് സിന്ധുരാമചന്ദ്രൻ എന്ന സർഗ്ഗധനികയായ കവയിത്രി 'നിശ്ശബ്ദതയുടെ നീറ്റലുകൾ' എന്ന തന്റെ കന്നികൃതിയുമായി വായനക്കാരന്റെ മുമ്പിലേക്ക് പ്രതീക്ഷാപൂർവ്വം കടന്നുവരുന്നത്.

എഴുത്തുകാരന്റെ അനുഭവങ്ങൾ, കഥാപാത്രങ്ങളിലൂടെ പകർന്നാടി ദാർശനികഭാവം കൈക്കൊള്ളുമ്പോഴാണ് കൃതികൾ ഉൽകൃഷ്ടങ്ങളാവുന്നത്. അതുകൊണ്ടുതന്നെയാവണം, പൂർവ്വാനുഭവങ്ങൾ വിഹരിക്കുന്ന ഒരു ജൈവപശ്ചാത്തലം എഴുത്തുകാരനുണ്ടായിരിക്കണമെന്ന് ചിലിയൻ കവി നെരൂദ അഭിപ്രായപ്പെട്ടത്. ഇങ്ങനെയുള്ള ജൈവാനുഭവങ്ങളുടെ ഋദ്ധിമത്തായ വിളഭൂമിയിൽ തെഴുത്തുനിൽക്കുന്ന കാവ്യകല്പനകൾ തന്റെ കൃതിയിൽ എമ്പാടും വാരിവിതറിക്കൊണ്ടാണ് സിന്ധുരാമചന്ദ്രൻ ഇവിടെ കാവ്യപ്രവേശം ചെയ്തിരിക്കുന്നത്. ഉദാഹരണത്തിന് 'വിലക്കുകൾ' എന്ന കവിതയിലെ ഈ വരികൾ നോക്കുക.

'വ്യവസ്ഥാപിതമായ നിയമാവലികൾ

നന്മയുടെയോ തിന്മയുടെയോ?

ഓർമ്മകളുടെ ഏടുകളിൽ നിന്നും

പ്രോമിത്യൂസിന്റെ മോചനം

സദാചാരത്തിന്റെ തത്വസംഹിതകളിലൂടെ

സമാന്തരയാത്ര...

പരസ്പരം കൂട്ടിമുട്ടാത്ത രേഖകൾ

അനുസ്യൂതം ആശകളുടെ

നേർമുനകളാകുന്നു

ചൂതിലെ പരാജയം....

പാഞ്ചാലിമാർ സ്വയം എരിഞ്ഞടങ്ങുന്നു.'

എന്നു പോകുന്ന വരികളിൽ വർത്തമാനകാലത്തെ മൂല്യഭംഗം വന്ന സാമുദായിക ക്രമങ്ങളാണ് ധ്വന്യാത്മകമായ ബിംബാവിഷ്കാരത്തിലൂടെ സിന്ധു ആദാനം ചെയ്യുന്നത്.

'പെൺമുറിവ്' എന്ന കവിതയിൽ,

'അടുക്കളപ്പുകയിൽനിന്നുയരുന്ന

കറിക്കൂട്ടുകളുടെ

രുചിഭേദങ്ങൾക്കപ്പുറത്ത്

അറിയാതെ പോകുന്ന

പെൺമനസ്സിന്റെ അഭിരുചി

സഹനമെന്ന വാക്കിന്റെ ബലം

കൂടിയതുകൊണ്ടാവാം നിശ്ശബ്ദമായത്.'

എന്നു പറഞ്ഞുകൊണ്ട്, അടുക്കളപ്പുകയിൽ വിമ്മിഷ്ടപ്പെടുന്ന സ്ത്രീ സമൂഹത്തിന്റെ, അണഞ്ഞുപോകാൻ വിധിക്കപ്പെടുന്ന സർഗ്ഗശേഷിയെക്കുറിച്ചുള്ള ക്ഷതിതമായ മൗനനൊമ്പരങ്ങളെയാണ് സിന്ധു ഉൽക്കടമായ വേദനയോടെ ആവിഷ്കരിച്ചിരിക്കുന്നത്. അതുപോലെത്തന്നെ, 'തെച്ചി' എന്ന കവിതയിൽ,

'നട്ടുനനച്ചവരും കഥയോതിയവരും

മറഞ്ഞുപോയതുകൊണ്ടാവാം ഒരുപക്ഷേ,

തെച്ചിയും വീണുപിടഞ്ഞു നിലംപതിച്ചത്'

എന്നു വിലപിക്കുന്നിടത്ത്, മാറിവന്ന കാലികപശ്ചാത്തലത്തിൽ, താങ്ങിനിർത്താൻ ആളില്ലാത്തതു കാരണം ശൈഥില്യമടഞ്ഞില്ലാതാകുന്ന സാംസ്കാരിക സമ്പന്നതകളുടെ ദാരുണക്കാഴ്ചകളിലേക്ക് തെച്ചിയെ ബിംബമാക്കിക്കൊണ്ട് കവയിത്രി വെളിച്ചം പായിക്കുന്നു.

'ആയുധത്തഴമ്പുള്ള കൈകളിൽ

മനുഷ്യത്വത്തിന്റെ

നനുത്ത വെണ്മ നിറയ്ക്കുക...

പ്രകൃതിയുടെ സൗവർണ്ണക്കാഴ്ചകളിലേക്ക്

തിരിഞ്ഞുനോക്കുക....'

എന്നു പറഞ്ഞുകൊണ്ട്, അക്രമാസക്തമാകുന്ന വർത്തമാനകാല സമൂഹത്തോട് നേർവഴിക്ക് വരാനും 'നിശ്ശബ്ദഗർജ്ജനം' എന്ന കവിതയിൽ ഒരു ദേശികന്റെ സാമർഥ്യത്തോടെ കവി ഉപദേശിക്കുന്നുണ്ട്.

'ദലമർമ്മരം' എന്ന കവിതയിലും,

'തണൽ തേടിയെത്തുന്നവർ

ഇലകൊഴിയുമ്പോൾ

പിൻവാങ്ങരുത്'

എന്നോർമ്മിപ്പിച്ചുകൊണ്ട്, 'കാര്യം കഴിഞ്ഞാൽ കൂരായണ' എന്ന സമവാക്യം ഹൃദിസ്ഥമാക്കി വർത്തിക്കുന്ന നന്ദികെട്ട വർത്തമാനകാല സമാജത്തിനു നേരെത്തന്നെയാണ് കവി അമർഷത്തിന്റെ വില്ലും കുലച്ച് നിൽക്കുന്നത്.

അവശേഷിപ്പുകൾ എന്ന കവിതയിൽ,

'ചിലപ്പോൾ നാം

ഇന്നലെകളുടെ മുറിവുകളിലേക്ക്

ഊളിയിടാറുണ്ട്,

മായ്ക്കുവാൻ കൂട്ടാക്കാത്ത,

ചില അടയാളങ്ങളുടെ

അവശേഷിപ്പുകൾ' കണ്ടെത്തുന്നിടത്തും അസഹനീയമായ അസ്വസ്ഥതയുടെ തീമുള്ളുകൾ അനുവാചകമനസിൽ വാരിവിതറി ക്കൊണ്ട് അസ്വസ്ഥയാവുന്നുണ്ട് കവയിത്രി.

ചെടികളോടും ഹരിതാഭയോടും പ്രകൃതിയോടും സിന്ധു മനസിൽ പുലർത്തുന്ന തീവ്രപ്രണയം, അവരുടെ നിത്യജീവിതത്തിലെന്നപോലെ, ഈ സമാഹാരത്തിലെ പല കവിതകളിലും ഒളിമിന്നി പ്രകടമാവുന്നുണ്ട്.

'നിലയ്ക്കാത്ത സ്പന്ദനങ്ങൾ' എന്ന കവിതയിൽ,

'തികഞ്ഞ ഏകാന്തതയിൽ

പലവർണ്ണ പൂക്കൾ

നിറച്ചും കായ്ച്ചും

നമുക്കിടയിലെ

ലോകം വിശാലമാക്കി...'

എന്നു പോകുന്നിടത്ത്, ഹരിതാഭയുടെ വർണഭംഗിയെ സ്നേഹിക്കുന്ന സിന്ധുവിന്റെ ദിനസരിയിലെ ദൈനംദിനാനുഭവങ്ങളുടെ അനുരണനങ്ങളാണ് വരികൾക്കിടയിൽനിന്ന് മുഖരിതമാവുന്നത്. മനുഷ്യജീവിതത്തിന്റെ അനുസ്യൂതസ്പന്ദങ്ങളിലോരോന്നിലും മരങ്ങൾക്കുള്ള സഹവർത്തിത്വം ഒരു കാവ്യതത്വംപോലെ തുടർന്നും ഈ കവിതയിൽ അടയാളപ്പെടുത്തുന്നുണ്ട് സിന്ധുരാമചന്ദ്രൻ. ഈ വരികൾ നോക്കുക.

'എന്റെ കാഴ്ചകൾക്ക് നിറം മങ്ങാതെ

ഋതുക്കളിൽ തളിരിട്ട്

നിന്റെ ഉടലിനാൽ

ഒരുനാളെരിഞ്ഞടങ്ങും'

എന്നു പറയുമ്പോൾ കവി ഓർമപ്പെടുത്തുന്നത്, മനുഷ്യജീവിതത്തിന്റെ അവസാനരംഗത്തിലെ ചിതയൊരുക്കങ്ങളിൽപ്പോലും കൂട്ടായുരുമ്മിക്കിടക്കാൻ ഒരു മാന്തടിക്കൊമ്പിന്റെയെങ്കിലും സാന്നിധ്യമുണ്ടായേ തീരൂ എന്ന സത്യത്തിലേക്കാണ്.

'കാഴ്ച' എന്ന കവിതയിലാകട്ടെ,

'വെട്ടിനശിപ്പിക്കുന്ന ഹരിതവർണ്ണങ്ങൾ

ചായക്കൂട്ടുകളുടെ

നിറച്ചാർത്തണിയിക്കുന്നു

വരുംതലമുറയ്ക്കായ് വിനാശം വിതച്ച്

വർണ്ണസൗധങ്ങൾ വാനിലേക്കുയരുന്നു'

എന്നു പറയുന്നിടത്ത്, സുഖലോലുപനായ മനുഷ്യന്റെ സ്വാർഥചിന്തകളോടുള്ള കവിയുടെ നിശിതനിന്ദയും വരുംവരായ്കകളെക്കുറിച്ചുള്ള തീക്ഷ്ണമായ താക്കീതുമാണ് വരികൾക്കിടയിൽക്കിടന്ന് തുടൽപൊട്ടിച്ചു കുതിക്കുന്നത്.

പ്രണയസാഫല്യത്തിന്റെ സമ്പൂർണതയിലാണ് ജീവിതം പുഷ്കലമാവുന്നത് എന്നു പറയാറുണ്ട്. ആ സാഫല്യത്തിന്റെ പരമാവസ്ഥയിലേക്കുള്ള പ്രയാണത്തിലേർപ്പെടുന്ന പ്രണയാർദ്രമായ മനസ്സു വെളിപ്പെടുത്തുന്ന മൃദുലവികാരങ്ങളെക്കുറിച്ച് അതിവിദഗ്ദ്ധമായി വാചാലയാകുന്നുണ്ട് സിന്ധു തന്റെ 'പ്രണയത്തിന്റെ വരണ്ട തീരം' എന്ന കവിതയിൽ. ഈ വരികൾ നോക്കുക.

'അസ്തമയച്ചോപ്പിൽ ആൾക്കൂട്ടത്തിൽ

നാം തിരഞ്ഞ സ്വകാര്യത.

വേരുപിണഞ്ഞ വടവൃക്ഷമായ്

നിശ്ശബ്ദതയിലേക്ക് തലതാഴ്ത്തി നിൽക്കുന്ന

ഉപ്പുകാറ്റിന്റെ ഊഷ്മളതയിൽ

പ്രണയത്തിന്റെ

മാധുര്യം നിറഞ്ഞ നിമിഷങ്ങൾ

മൂകതയുടെ ചങ്ങാടം തുഴയുന്നു.'

ആൾക്കൂട്ടത്തിന്റെ 'ആരവ'ങ്ങളിലേക്ക് തലതാഴ്ത്തിനില്ക്കുന്ന 'നിശ്ശബ്ദത'യും ഉപ്പുകാറ്റിന്റെ 'ലാവണ്യ'ത്തിൽ തങ്ങിനിൽക്കുന്ന 'മാധുര്യ'വും പ്രണയാർദ്രമായ മനസ്സിനല്ലാതെ മറ്റെന്തിനാണ് അനുഭവിച്ചറിയാനാവുക?

അതുപോലെത്തന്നെ 'പ്രണയത്തുള്ളികൾ' എന്ന കവിതയിൽ,

'മഴയായ് പെയ്തൊരെൻ പ്രണയമേ!

പെയ്തിറങ്ങി എന്നുള്ളിൽ

തീക്ഷ്ണമാം ആനന്ദലഹരിയായ്
ഈറനാം മിഴി തുടച്ചു
ചാഞ്ഞു ചെരിഞ്ഞു പെയ്തീടവേ,
ചിതറിവീഴുമെൻ മുടിയിലൂടെ
എൻ ഉയിർ ചുറ്റിപ്പിടിക്കുന്നു.'

എന്നു പറഞ്ഞുകൊണ്ട്, ഉയിരിനോടിഴുകിച്ചേരുന്ന പ്രണയമെന്ന സ്വർഗീയാനുഭൂതിയുടെ തീവ്രതീക്ഷ്ണത അതിസമർഥമായി അടയാളപ്പെടുത്തി കൃതകൃത്യയാവുകയാണ് കവയിത്രി ചെയ്യുന്നത്. പ്രണയാർദ്രമായ മനസിന്റെ ലോലചാപല്യങ്ങളെ ഇരുത്തം വന്ന ഒരു കവിയുടെ കവന സാമർഥ്യത്തോടെയാണ് സിന്ധു തന്റെ കവിതകളിൽ അവതരിപ്പിക്കുന്നത്.

വർത്തമാനകാലത്ത് താൻ ചവിട്ടിനില്ക്കുന്ന 'എഴുത്തിട'ത്തിന് വഴിയൊരുക്കി, 'മായ്ച്ചെഴുതിയ ശരികളെല്ലാം ഇന്നിന്റെ അമൂല്യമായ അക്ഷരക്കൂട്ടുകളാക്കാൻ' കൂട്ടുനിന്ന പള്ളിക്കൂടത്തിലെ കൂട്ടുകാരിയായ സ്ലേറ്റിനെയും ഗൃഹാതുരതയോടെ കൃതജ്ഞത പുരട്ടി ഓർത്തെടുക്കുന്നുണ്ട് സിന്ധു ഈ പുസ്തകത്തിലെ 'സ്ലേറ്റ്' എന്ന കവിതയിൽ. അതിലെ, 'തിരുത്താൻ കൂട്ടാക്കാത്ത പുത്തൻ തലമുറയുടെ പാഠങ്ങളിൽ നീ ഇല്ലാതെ പോയതും' എന്ന വരിയിലൂടെ ധർമ്മച്യുതി ഗ്രസിച്ച പുത്തൻ തലമുറയുടെ ദിശാബോധമറ്റ പ്രയാണത്തെക്കുറിച്ച് കവയിത്രി ഉത്കണ്ഠാകുലയാകുന്നു.

ഓർക്കുക എന്നത് മറ്റൊരു രീതിയിലുള്ള യാതനയാണെന്ന് ഫ്രഞ്ച് കവി, ബോദ്‌ലേർ പറഞ്ഞിട്ടുണ്ട്. ആ യാതനയാണ് സിന്ധുവിന്റെ 'തിരികെ വരാത്ത ഋതുക്കൾ' എന്ന കവിതയിൽ ഉയിർക്കൊണ്ട് ഭാവതീവ്രമാവുന്നത്.

'പണ്ടെന്നോ വീശിയ പരിചിതമായ കുളിർക്കാറ്റ്
നൊമ്പരക്കാറ്റായി വീശുകയാണിപ്പോൾ
ഇഷ്ടമുള്ള തെച്ചിയും കൃഷ്ണകിരീടവും
നഷ്ടസുഗന്ധത്തിന്റെ അവശേഷിപ്പുകൾ
ഒരറ്റം മുതൽ മറ്റേ അറ്റംവരെ

വക്കടർന്ന മതിൽക്കെട്ടുകൾ

അതിനിടയിൽ തലചായ്ക്കുന്ന ഉറ്റവർ

എത്ര ഗദ്ഗദങ്ങൾ നെഞ്ചിലൊളിപ്പിച്ചാവാം

അവസാന ഉറക്കത്തിലേക്ക് നീങ്ങിയത്!'

എന്നു വിലപിക്കുന്നിടത്ത്, നടപ്പുകാലത്തെ നഷ്ടസൗഭാഗ്യങ്ങളെയും അവ നഷ്ടമാവുന്നതിലുള്ള വേദനകളോടെ, അവസാനത്തെ ഉറക്കത്തെ പുല്കിയ ഉറ്റവരേയും ഓർക്കുക എന്ന യാതനയുടെ അസഹനീയാവസ്ഥയാണ് കവി പ്രദർശിതമാക്കുന്നത്.

പദങ്ങളുടെ സമ്യക്സംയോഗം അനുഭവിപ്പിക്കുന്ന ആനന്ദാനുഭൂതിയുടെ അനവദ്യമുഹൂർത്തങ്ങൾ ഒട്ടനവധി വാരിവിളമ്പുന്നുണ്ട് സിന്ധു രാമചന്ദ്രൻ തന്റെ 'നിശ്ശബ്ദതയുടെ നീറ്റലുകൾ' എന്ന ഈ പുസ്തകത്തിൽ. 'കാക്ക', 'മൃത്യു', 'രണ്ടിലകൾ', 'പെയ്തുതോരാതെ', 'കിനാവിന്റെ ശിഷ്ട പത്രം', 'നിനക്കായ്', 'പ്രണയം', 'നിന്നോടൊപ്പം നനയുമ്പോൾ' തുടങ്ങി കാവ്യമാധവം പെയ്തു നില്ക്കുന്ന വേറെയും പല കവിതകളുമുണ്ട് ഈ സമാഹാരത്തിൽ.

'ചിന്തകൾ മൂടിവെക്കാനല്ല അക്ഷരങ്ങൾ തന്നത്' എന്നു പറഞ്ഞത് 1998-ൽ സാഹിത്യത്തിന് നോബൽ സമ്മാനം ലഭിച്ച പോർച്ചുഗീസുകാരനായ, സുസെ ഡിസൂസ സരമാഗുവാണ്. സരമാഗുവിന് സമാന്തരമായി ചിന്തിച്ചുകൊണ്ട്, കവനഭാസുരതയുടെ വർണഗന്ധങ്ങൾ പുരട്ടി, കാവ്യാക്ഷരങ്ങളിലൂടെ തന്റെ ചിന്തകളെ ദാർശനിക ചിട്ടവട്ടങ്ങളിലേക്ക് കോരിയടുപ്പിച്ച് പ്രദർശിപ്പിക്കുക എന്ന മഹാകൃത്യമാണ് തന്റെ പല കവിതകളിലൂടെയും കവയിത്രി നിർവഹിച്ചിരിക്കുന്നത്.

പ്രണയത്തെയും പ്രകൃതിയെയും തൊട്ടുപോകുന്ന വിഷയങ്ങളുടെ ആവർത്തിതാലാപനങ്ങൾ ഈ ഗ്രന്ഥത്തിന്റെ ഉൾക്കനത്തിന് കുറച്ചൊക്കെ പരിക്കേല്പിച്ചിട്ടുണ്ടെന്ന് വാദിക്കുന്നവരുണ്ടാവാം. അവർക്കുവേണ്ടി, 'അൽക്കെമിസ്റ്റ്' എന്ന കൃതി രചിച്ച പൗലോ കോയ്ലോയുടെ വിഖ്യാതമായ ചില വരികൾ ഇവിടെ എടുത്തുനിരത്തട്ടെ. ആ വരികളുടെ മലയാള പരിഭാഷ ഏറെക്കുറെ ഇങ്ങനെയാണ്:

'വയലിലെ പൂവിനോടു ചോദിക്കൂ: ഒരേ വടിവിൽ പിന്നെയും പിന്നെയും പൂക്കാനല്ലാതെ മറ്റൊന്നിനും പോരിമ പോരാത്ത നീ ഫലയുക്തയെന്ന് സ്വയം കരുതുന്നുണ്ടോ?...'

പൂവിങ്ങനെ മറുപടി പറയും. 'മനോഹരിയാണ് ഞാൻ. ലാവണ്യമാണ് എന്റെ ജീവന്റെ പ്രേരണ...'

ഒരു പുഴയോടു ചോദിക്കൂ: 'ഒരേ ദിശയിലൊഴുകാനല്ലാതെ മറ്റൊന്നും പരിചയിക്കാത്ത നീ ഫലയുക്തയെന്ന് സ്വയം കരുതുന്നുണ്ടോ?...'

പുഴയിങ്ങനെ മറുപടി പറയും: 'ഉപകരിക്കുക എന്റെ ഉദ്ദേശ്യമല്ല. ഞാനൊരു പുഴയാവാനുള്ള പരിശ്രമത്തിലാണ്.'

ഈ വരികൾ ഉൾക്കൊള്ളുന്ന സന്ദേശമാണ് തന്റെ ഗ്രന്ഥത്തിലൂടെ സിന്ധു ആസ്വാദകസമൂഹത്തോട് വിളംബരം ചെയ്യുന്നതെന്ന് സൂക്ഷ്മ വായനക്കുശേഷം മനസ്സിലാക്കാൻ അനുവാചകന് ആയാസപ്പെടേണ്ടി വരില്ല. പൗലോയുടെ പൂവിനെപ്പോലെ, കാവ്യലാവണ്യബോധമാണ് സിന്ധുവിന് കവിതയെഴുത്തിന് പ്രേരണയാകുന്നത്. പൗലോയുടെ പുഴയെപ്പോലെ ഒരുദാത്തകവിയാവാനുള്ള പരിശ്രമമാണ് ഈ ഗ്രന്ഥത്തി ലുടനീളം സിന്ധു പ്രകടിപ്പിച്ചിരിക്കുന്നത്.

'നിശ്ശബ്ദതയുടെ നീറ്റലുകൾ' എന്ന ഈ കാവ്യത്തിലൂടെയുള്ള നേത്രസഞ്ചാരത്തിനുശേഷം ഈ ലേഖകന്റെ, അനുവാചകനെന്ന നിലയിലുള്ള ആസ്വാദനാനുഭവത്തെക്കുറിച്ച് വാചാലമാവുമ്പോൾ ഈ പുസ്തകത്തിലുള്ള 'പെയ്തുതോരാതെ' എന്ന കവിതയിലെ ചില വരികൾതന്നെ അതു വെളിപ്പെടുത്താനായി കടമെടുക്കാമെന്ന് തോന്നുന്നു. ആ കവിത അവസാനിക്കുന്നത് ഇങ്ങനെയാണ്.

'ഒരു കുമ്പിൾ കുളിരു മോഹിച്ചപ്പോൾ

നമ്മൾ നനഞ്ഞു കുതിർന്നില്ലേ?

ഇനിയും പെയ്തിറങ്ങണം

നിന്നിലൂടെ തോരാതെയങ്ങനെ.'

ഒരു കുമ്പിൾ കവിതയുടെ കുളിരു മോഹിച്ച് ഈ പുസ്തകം വായിച്ച വസാനിപ്പിച്ച അനുവാചകമനസിൽ, കാവ്യാക്ഷരസംയോഗത്തിന്റെ ക്ഷീരസാഗരത്തിൽ നനഞ്ഞുകുതിർന്ന തൃപ്തിയും 'ഇനിയും പെയ്തിറ ങ്ങണം ഇത്തരത്തിലുള്ള കവിതകൾ തോരാതെയങ്ങനെ' എന്നുള്ള അമിതാഗ്രഹവും അവശേഷിപ്പിച്ചുകൊണ്ടാണ് സിന്ധുരാമചന്ദ്രൻ തല്ക്കാലത്തേക്ക് വിടചൊല്ലുന്നത്.

'കവിതയായ് പെയ്തിറങ്ങിയ മഴമേഘമേ!

അരികിൽ വന്നു നീ

തുള്ളിത്തുളുമ്പുന്നു'

എന്ന സിന്ധുവിന്റെതന്നെ വരികളെ അന്വർഥമാക്കിക്കൊണ്ടാണ് അവർ കാവ്യരചന നിർവഹിച്ച് ഈ ഗ്രന്ഥത്തിലൂടെ കൃതകൃത്യയായിരിക്കുന്നത്. വായനക്കാരന്റെ മനസ്സിലെ 'ഉണങ്ങാനിട്ട മുറിവുകളി'ൽ ലേപനം ചെയ്യാനൊരുക്കിവെച്ച സർഗ്ഗപുഷ്ടിയുള്ള കാവ്യൗഷധം തന്നെയാണ് സിന്ധുവിന്റെ കന്നികൃതിയായ ഈ ഗ്രന്ഥമെന്ന് സാക്ഷ്യപ്പെടുത്താൻ എനിക്കു സന്തോഷമുണ്ട്.

ഉദാത്തയായ ഈ കവിയുടെ തൂലികയിൽനിന്നും മലയാളഭാഷക്ക്, ഈദൃശങ്ങളായ കാവ്യസമാഹാരങ്ങൾ ഇനിയുമൊട്ടേറെ ലഭ്യമാകാനും അവയിലൂടെ വായനക്കാർക്ക് ആനന്ദിക്കാനും കഴിയുമാറാകട്ടെ എന്ന് പ്രത്യാശിക്കുന്നു. കവിക്ക് ആയുരാരോഗ്യങ്ങൾ നേരുന്നു.

മദിരാശി
23-11-2021

സേതു എം. നായർ കരിപ്പോൾ

ആശംസകൾ

സിന്ധുരാമചന്ദ്രന്റെ കവിതകൾ ഗ്രാമ്യമായ പച്ചപ്പിന്റെ ഓർമ്മകളും പ്രണയചിന്തകളും മാനവികതയുടെ സ്പർശവും സ്ഫുരിപ്പിക്കുന്നവയാണ്. നവാഗതയായ ഈ കവിക്ക് എഴുത്തിന്റെ ലോകത്ത് ഏറെ അനുരണനങ്ങളുണ്ടാക്കാനാവട്ടെ!

ഖദിജ മുംതാസ്

(കേരള സാഹിത്യ അക്കാദമി
മുൻ വൈസ് ചെയർപേഴ്സൺ,
തിരൂർ തുഞ്ചൻ പറമ്പ്
മലയാളം യൂണിവേഴ്സിറ്റി
അക്കാദമിക് കൗൺസിൽ അംഗം,
നോവലിസ്റ്റ്, ചെറുകഥാകൃത്ത്)

പ്രവാസജീവിതവും മലയാളി ഗൃഹാതുരത്വവും

യുവതലമുറയിലെ ഏറ്റവും ശ്രദ്ധേയയായ ഒരു കവയിത്രിയാണ് ശ്രീമതി സിന്ധുരാമചന്ദ്രൻ. ജനിച്ചു വളർന്നത് കോഴിക്കോട്ടാണെങ്കിലും ചെന്നൈയിൽ സ്ഥിരതാമസമാക്കിയിരിക്കുന്ന ഈ കവയിത്രിയെ വേണ മെങ്കിൽ നമുക്ക് ഒരു പ്രവാസി കവയിത്രി എന്ന് പറയാം. ശ്രീമതി സിന്ധു രാമചന്ദ്രന്റെ 36 കവിതകളുടെ സമാഹാരമാണ് ഇവിടെ അവതരിപ്പിക്ക പ്പെടുന്നത്. ഒന്നിനൊന്ന് വ്യത്യസ്തത പുലർത്തുന്നവയാണ് ഓരോ കവിതയും. നീണ്ട കവിതകളും തീരെ ചെറിയ കവിതകളും ഈ കൂട്ടത്തി ലുണ്ട്. പ്രകൃതിയും പ്രണയവും വ്യക്തിബന്ധങ്ങളിലെ ഇഴയടുപ്പവു മൊക്കെ വളരെ ഹൃദ്യമായ രീതിയിൽ അവതരിപ്പിച്ചിരിക്കുകയാണ് ഈ കവിതകളിൽ. കേരളത്തിലാണ് ജനിച്ചു വളർന്നത് എന്നതുകൊണ്ട് സഹ്യന് പടിഞ്ഞാറും അറബിക്കടലിന് കിഴക്കും ആയി കിടക്കുന്ന നമ്മുടെ കൊച്ചു കേരളം ഏതു മനുഷ്യന്റെയും മനസ്സിൽ ഉണ്ടാക്കാവുന്ന ഹരിതാഭമായ അനുരണനങ്ങൾ ആണ് സിന്ധുരാമചന്ദ്രന്റെയും കവിത കളിൽ നിഴലിക്കുന്നത്. നമുക്കറിയാം, കേരളത്തിൽ ജനിച്ചു വളരുകയും കാർഷിക സംസ്കൃതിയെ നെഞ്ചേറ്റുകയും ചെയ്യുന്ന ഒരാളിന് കാവ്യ ഭാവനയുണ്ടെങ്കിൽ കേരളം അസുലഭമായ സന്ദർഭങ്ങളാണ് ഒരുക്കി ത്തരുന്നത്. പ്രകൃതിയും പുഴകളും കാടും മേടും തീരപ്രദേശവും ഇടനാടും മലനാടും ഒക്കെത്തന്നെ നമ്മളിൽ ഹൃദ്യമായ അനുഭൂതിയാണ് ഉണ്ടാക്കു ന്നത്. അങ്ങനെ നോക്കുമ്പോൾ സിന്ധുരാമചന്ദ്രന്റെ കവിത്വം മലയാളി കളുടെ എക്കാലത്തെയും സങ്കല്പങ്ങളുമായി ഒത്തുപോകുന്നതുമാണ്. അന്യദേശത്താണ് താമസിക്കുന്നത് എന്നുള്ളതുകൊണ്ട് ഗൃഹാതുരത്വം കൂടും. പക്ഷേ, അവിടത്തെ കവിസമാജത്തിലും മറ്റു പൊതുപ്രവർത്ത നങ്ങളിലും ആത്മാർത്ഥമായി ഇടപെടുന്നതിനാൽ ഒറ്റപ്പെടലിന്റെ പ്രശ്നം ഉദിക്കുന്നില്ല. എങ്കിലും, വല്ലപ്പോഴും നാട്ടിൽ വന്നു പോകാനുള്ള മോഹം ഉള്ളിൽ തിങ്ങുന്നതായി, മിന്നി മറയുന്നതായി ഈ കവിതകളിൽ ചിലതെ ങ്കിലും വിളിച്ചോതുന്നുണ്ട്. തീരെ ചെറിയ കവിതകൾ ഒരുപക്ഷേ, ഒറ്റ വായനയിൽ മനസ്സിലാക്കാവുന്നതേയുള്ളൂ. പക്ഷേ, ദീർഘമായ കവിത കൾ പലതും രണ്ടാമത് ഒരാവൃത്തി കൂടി വായിക്കേണ്ടതായിവരും. യുവതലമുറയിലെ കവിതാരചനാശില്പം പഴയതിൽ നിന്നും വളരെ വ്യത്യസ്തമായിട്ടുള്ളതാണ്. ആ വ്യത്യസ്തത പുലർത്തിക്കൊണ്ടുതന്നെ

പഴയ ചില ഈണങ്ങളും താളങ്ങളും ഒക്കെ സിന്ധുരാമചന്ദ്രന്റെ കവിതയിൽ നിഴലിക്കുന്നുണ്ട് എന്നത് ശ്രദ്ധേയമാണ്. എഴുതിയെഴുതി തെളിയാനുള്ള അവസരവും, അതിനുള്ള മാനസികമായ അവസ്ഥയും ഉള്ള സിന്ധുരാമചന്ദ്രൻ ഇനിയുമിനിയും എഴുതട്ടെ എന്നും കാവ്യ വിഹായസിൽ തിളങ്ങട്ടെ എന്നും ആത്മാർത്ഥമായി ആഗ്രഹിക്കുന്നു. കേരളത്തിലിപ്പോൾ വിദ്യാർത്ഥിജീവിതകാലം മുതൽ കവിതാസ്വാദനവും കവിതാപഠനവുമൊക്കെ നടത്തുന്നവരുണ്ട്, അതിൽ ഇടപെടുന്നവരുമുണ്ട്. ആധുനിക യുഗമായതുകൊണ്ടും പ്രത്യേകിച്ച് യന്ത്രവൽക്കരണത്തിന് അമിത പ്രാധാന്യം ഉള്ളതുകൊണ്ടും പലപ്പോഴും നമ്മുടെ കവിതകളിൽ യുവതലമുറക്ക് പ്രകൃതിയുമായിട്ടുള്ള ഇണക്കം വളരെ കുറഞ്ഞു വരുന്നുണ്ട്. മുതിർന്ന തലമുറ സ്കൂൾ കോളേജ് ക്ലാസുകളിൽ പഠിക്കുന്ന കാലത്ത് പരിസരത്ത് കാണുമായിരുന്ന പ്രകൃതിയുടെ പച്ചപ്പ്, കൃഷിയുടെ തോറ്റംപാട്ട് ഒന്നും പുതിയ തലമുറയ്ക്ക് ലഭ്യമായിട്ടില്ല. ആ അർത്ഥത്തിൽ നോക്കിയാൽ പഴയ തലമുറ പുതിയ തലമുറയെ നോക്കി വിലപിക്കുകയാണ്. ഞങ്ങൾക്കുണ്ടായിരുന്ന അവസരങ്ങളൊന്നും ഞങ്ങൾക്ക് കാണാൻ ഉണ്ടായിരുന്ന കാഴ്ചകളൊന്നും ഞങ്ങൾക്ക് അനുഭവിക്കാൻ ഉണ്ടായിരുന്ന വേനലും മഴയും തിരുവാതിര ഞാറ്റുവേലയും ഒന്നും പുതിയ തലമുറയ്ക്ക് അനുഭവിക്കാൻ ഇല്ലാതെ പോയല്ലോ എന്ന സങ്കടം പഴയ തലമുറയ്ക്ക് ഉണ്ട്. പുതിയ തലമുറ ആകട്ടെ, ഇത്തരം കാര്യങ്ങളോട് ആഭിമുഖ്യം പുലർത്തുന്നുമില്ല. ഇതിന് ഉത്തരവാദികൾ രക്ഷിതാക്കൾ തന്നെയാണ്. വിദ്യാഭ്യാസത്തിലൂടെ ഏറ്റവും നല്ല തൊഴിൽ തേടണമെന്നും ആ തൊഴിൽ തേടിയുള്ള യാത്ര ഗോളാന്തര യാത്രയായാലും പ്രശ്നമില്ല എന്നും സ്വന്തം നാട്ടിൽ തന്നെ തൊഴിലെടുത്ത് ജീവിക്കണം എന്നും ഒക്കെ ആഗ്രഹിക്കാത്ത പഴയ തലമുറയുടെ മനോഭാവം പുതിയ തലമുറയെ വേറൊരു ലോകത്തിലേക്കാണ് എത്തിച്ചിരിക്കുന്നത്. അങ്ങനെ നോക്കുമ്പോൾ പുതിയ തലമുറ കേരളത്തിലെ പ്രകൃതിയെയും കേരളത്തിന്റെ സവിശേഷമായ സാമൂഹ്യവും രാഷ്ട്രീയവും സാമ്പത്തികവുമായ അവസ്ഥകളെയും കൃത്യമായി മനസ്സിലാക്കാൻ താൽപര്യപ്പെടും എന്ന് ഞാൻ കരുതുന്നില്ല. ആ ഒരു സാഹചര്യത്തിലാണ് പ്രവാസിയായിട്ടാണ് ജീവിക്കുന്നത് എങ്കിലും സിന്ധുരാമചന്ദ്രനെപ്പോലുള്ള ഒരുപാട് ഒരുപാട് ആൾക്കാർ നാട്ടിലേക്ക് എത്താനുള്ള വിങ്ങുന്ന ഹൃദയവുമായി അന്യനാട്ടിൽനിന്ന്, അന്യദേശത്തിരുന്ന് മലയാളത്തെ കുറിച്ചുള്ള കവിതകൾ, കേരളത്തെക്കുറിച്ചുള്ള കവിതകൾ കേരളത്തിലെ പ്രകൃതിയെക്കുറിച്ചുള്ള കവിതകൾ, പക്ഷികളെക്കുറിച്ചും

കാട്ടാറിനെക്കുറിച്ചുമുള്ള കവിതകൾ എഴുതുന്നത്. അതുകൊണ്ട് കേരളവുമായുള്ള ആ ബന്ധം,ആ മാനസികമായ അടുപ്പം ആ സാംസ് കാരികമായ ഇഴയടുപ്പം നശിക്കാതെ സൂക്ഷിക്കണമെന്ന് ഓർമിപ്പിച്ചു കൊണ്ടും പ്രവാസി മലയാളികൾക്കിടയിലെ ഏറ്റവും ശ്രദ്ധേയയായ കവയിത്രിയായിത്തീരാൻ സിന്ധുരാമചന്ദ്രന് കഴിയട്ടെ എന്ന് ആത്മാർത്ഥ മായി ആഗ്രഹിച്ചുകൊണ്ടും, ആശംസിച്ചുകൊണ്ടും, ഇനിയും ഉത്കർഷ ങ്ങൾ ഉണ്ടാകട്ടെ എന്നു പ്രാർത്ഥിച്ചുകൊണ്ടും അവസാനിപ്പിക്കുന്നു.

പ്രൊഫസർ വി കാർത്തികേയൻ നായർ
മുൻ ഡയരക്ടർ, കേരള ഭാഷ ഇൻസ്റ്റിറ്റ്യൂട്ട്.

ഉള്ളടക്കം

1. നിലയ്ക്കാത്ത സ്പന്ദനങ്ങൾ 29
2. അവശേഷിപ്പുകൾ 31
3. പ്രണയത്തിന്റെ വരണ്ട തീരം 33
4. നിശ്ശബ്ദതയുടെ നീറ്റലുകൾ 35
5. കിനാവിന്റെ ശിഷ്ടപത്രം 37
6. ജാലകക്കാഴ്ച 38
7. പ്രണയത്തുള്ളികൾ 40
8. മഴഗീതം 42
9. വിലക്കുകൾ 44
10. ദലമർമ്മരം 46
11. ചിലരിങ്ങനെയാണ് 48
12. നൊമ്പരം 50
13. നിഴൽച്ചിത്രം 52
14. പ്രത്യാശയുടെ നാളുകൾ 54
15. നിനക്കായ് 56
16. ബോൺസായ് 58
17. ജീവിതയാത്ര 60
18. മഴ നനയാനിറങ്ങുന്ന കുട 62
19. പെൺമുറിവ് 64

20. ഒറ്റമരം 66

21. പ്രണയം 68

22. തെച്ചി 69

23. കാഴ്ച 71

24. മൃത്യു 73

25. സ്ലേറ്റ് 75

26. പെയ്തുതോരാതെ 78

27. കാക്ക 80

28. നിലാവ് 82

29. വസന്തരാഗം 84

30. നിന്നോടൊപ്പം നനയുമ്പോൾ 86

31. സാന്ത്വനതീരങ്ങളിലേക്ക് 87

32. രണ്ടിലകൾ 88

33. തിരികെ വരാത്ത ഋതുക്കൾ 90

34. ഉണങ്ങാനിട്ട മുറിവുകൾ 92

35. നിശ്ശബ്ദ ഗർജ്ജനം 93

36. തുളസീഹാരം 96

നിലയ്ക്കാത്ത സ്പന്ദനങ്ങൾ

ഉള്ളിലിപ്പോഴും പച്ചപ്പ്
അവശേഷിച്ചതുകൊണ്ടാവാം
നീ എന്നിൽ വീണ്ടും തളിരിട്ടത്.
എന്റെ കണ്ണുകൾ
പടർന്നുപന്തലിച്ച
നിന്നിലേയ്ക്ക്
ചേക്കേറിയതും.

സ്വതന്ത്രയായ നിന്നെ
സ്വന്തമാക്കിയത്
ഒരു ചില്ലയെങ്കിലും
എന്നിലേയ്ക്ക്
ചേർത്തുനിർത്താനാണ്...

തികഞ്ഞ ഏകാന്തതയിൽ
പലവർണ്ണ പൂക്കൾ
നിറച്ചും കായ്ച്ചും
നമുക്കിടയിലെ
ലോകം വിശാലമാക്കി...

ഓർമ്മകളുടെ ഇടവഴിയിൽ
വേനൽ പൊഴിച്ച
കരിയിലകളിൽ നിന്നുമാണ്
ഇന്നലെകളെ ഞാൻ
വായിച്ചെടുത്തത്.

വീണടിയും വരെ
പച്ചിലച്ചാർത്തിന്റെ
സ്പന്ദനങ്ങളായ്,
ഇന്നിതാ നിർജ്ജീവമായ്...

എന്റെ കാഴ്ചകൾക്ക്
നിറം മങ്ങാതെ
ഋതുക്കളിൽ തളിരിട്ട്
നിന്റെ ഉടലിനാൽ
ഒരുനാളെരിഞ്ഞടങ്ങും,
ഞെട്ടറ്റുവീണ കരിയിലകളാൽ
മൂടപ്പെട്ട്
നിന്നിൽ നിന്നും വേർപിരിയാതെ...

അവശേഷിപ്പുകൾ

ചിലപ്പോൾ നാം
ഇന്നലെകളുടെ
മുറിവുകളിലേയ്ക്ക്
ഊളിയിടാറുണ്ട്,
മായ്ക്കുവാൻ
കൂട്ടാക്കാത്ത ചില
അടയാളങ്ങളുടെ
അവശേഷിപ്പുകൾ കാണാൻ

അടക്കിപ്പിടിച്ച നോവുകളാൽ
മൂടപ്പെട്ടവ,
ജീവിതസത്യങ്ങളുടെ തിരിച്ചറിവിലോ,
ശക്തമായ ആജ്ഞകൾക്ക് മുന്നിലോ
ദൃഢപ്പെടുത്തിയ
മതിൽക്കെട്ടുകൾ...

ഒരുപക്ഷേ,
ആത്മാവിലേക്കുള്ള പ്രയാണമാവാം,
കാഴ്ചവെട്ടത്തിൽ
തെളിയാതിരിക്കാൻ സ്നേഹത്തിന്റെ
കരുതലുകളുമാവാം!

അഭിലാഷങ്ങൾക്ക്
നീർക്കുമിളകളുടെ
ആയുസ്സ് മാത്രമേ

ഉള്ളുവെങ്കിലും
ആദൃശ്യമായ നേർത്ത നൂലുകളാൽ
പരസ്പരം ബന്ധിക്കപ്പെട്ടിരിക്കുന്നു,
കാലത്തിനു മായ്ക്കാനാവാത്തവിധം...

പ്രണയത്തിന്റെ വരണ്ട തീരം

നമ്മൾ നടന്നുപോയ
വഴികൾ തികച്ചും വിജനമാണ്.

അസ്തമയച്ചോപ്പിൽ
ആൾക്കൂട്ടത്തിൽ
നാം തിരഞ്ഞ സ്വകാര്യത,
വേര് പിണഞ്ഞ വടവൃക്ഷമായ്
നിശ്ശബ്ദതയിലേക്ക്
തല താഴ്ത്തി നില്ക്കുന്നു.

ഉപ്പുകാറ്റിന്റെ ഊഷ്മളതയിൽ
പ്രണയത്തിന്റെ മാധുര്യം നിറഞ്ഞ
നിമിഷങ്ങൾ
മൂകതയുടെ ചങ്ങാടം തുഴയുന്നു.

നനുത്ത കാൽപ്പാദങ്ങൾ
ആഴ്ന്നിറങ്ങിയ മണൽത്തരികൾ
മൗനം പുതച്ചുറങ്ങുന്നു.

പുണരാനെത്തുന്ന തിരമാലകളിൽ
ഇണപിരിഞ്ഞ മീനിന്റെ
കണ്ണീർ നനവുകൾ.

തീരത്തെ വെൺശംഖിൽ
തിരപറഞ്ഞ പ്രണയമന്ത്രധ്വനികളില്ല

എങ്കിലും, ആകാശസീമയിൽ
ഒരൊറ്റ നക്ഷത്രം
നമ്മുടെ പ്രണയത്തെ തിളക്കമൊക്കി
ഇരുഹൃദയങ്ങളെ ബന്ധിപ്പിച്ചിരിക്കുന്നു.

നിശ്ശബ്ദതയുടെ നീറ്റലുകൾ

എന്റെ മൗനാക്ഷരങ്ങളിൽ
നീയൊരു നവകാവ്യമായി
പിറവിയെടുക്കുന്നു.

രണ്ടറ്റങ്ങളിൽ കോർത്തിട്ടവ,
കയ്യെത്താദൂരത്തുനിന്ന്
അണച്ചുപിടിയ്ക്കാനുള്ള അകലം
അടർത്തിമാറ്റാനാവാത്തവിധം
ആഴത്തിൽ പതിഞ്ഞവ.

ആകസ്മികമാം അകലങ്ങളിലേക്ക്
പറിച്ചെറിയപ്പെടുമ്പോൾ നിസ്സഹായത.
മൗനത്തിന്റെ ഭാഷയിൽ
കുറിച്ചിടുമ്പോൾ ആകുലത...

കൊഴിഞ്ഞുപോയ കാലത്തിന്റെ
കാൽപ്പാടുകളിൽ ബാക്കിവെച്ചവ,
മറവിയുടെ കാണാക്കയങ്ങളിൽ
നാമ്പെടുക്കുമ്പോൾ
ഉള്ളിലുറയുന്ന അനുഭൂതി.

ആഴത്തിലുള്ള വേരുകളിൽ
ഉടലെടുക്കുന്ന നവജീവന്റെ
തളിർക്കിനാവുകൾ...

സ്നേഹമന്ത്രം ഉരുവിടുമ്പോഴും
സഹനത്തിന്റെ സംതൃപ്തിയിൽ
ഹൃദയത്തോട് ചേർത്തചിത്രം....

കൺമുന്നിൽ അരങ്ങേറുന്ന
കാഴ്ചകൾക്കപ്പുറം
മനസ്സിന്റെ ഭിത്തിയിൽ
പാതി മുറിഞ്ഞ
വാക്കുകളുടെ പ്രതിധ്വനി

ചുറ്റിലും ചൂഴ്ന്നിറങ്ങുന്ന
കനൽക്കണ്ണുകൾ...

ചുവക്കുന്ന സന്ധ്യയിൽ
എരിയുന്ന വിഷാദം
തിരയുന്ന കണ്ണുകളിലെ
യാത്രാമൊഴിക്കായ്
കാതോർക്കവേ,
ഇരുളിൽ നിശബ്ദമായ്...

കിനാവിന്റെ ശിഷ്ടപത്രം

മൂകതയുടെ മൂടുപടം അണിഞ്ഞ്
ഹൃദയകവാടത്തിൽ മുട്ടിവിളിച്ചത്
നീ തിരയുന്ന പവിത്രമാം പ്രണയമോ
കാമനയുടെ കാഴ്ചകളോ?

പിന്നിട്ട വഴികൾ മറന്നുള്ള യാത്ര,
പുതുവസന്തത്തെ പുണരാൻ
കൊതിക്കുന്ന കാലപ്രയാണത്തിൽ
വന്നുചേർന്നതാവാം...

നിൻ നിഴലിൽ തെളിയുമീ രൂപം
അശാന്തിയുടെ ആത്മഗതം ഉണർത്തുന്നു
ജീവിതസമസ്യയിൽ രേഖപ്പെടുത്താത്ത ചിത്രമായി
ശൂന്യമാം താളുകളിൽ
നിറക്കൂട്ടുകളാലൊരു നിഴൽരൂപം
മെനഞ്ഞെടുക്കാനുള്ള പാഴ്ശ്രമത്തിൻ
ബാക്കിപത്രം...

താളുകളിന്നും ശൂന്യമായ് ...
താളുകളിന്നും ശൂന്യമായ് ...

ജാലകക്കാഴ്ച

ജാലകത്തിനരികിൽ നിൽക്കുമ്പോൾ
മിന്നിമറയുന്ന കാഴ്ചകൾ,
കടന്നുപോയ കാലത്തിന്റെ
മിഴിവാർന്ന ചിത്രങ്ങൾ...

ജനിമൃതികളിലെ സുഖദുഃഖങ്ങൾ
സമ്മിശ്രമാണെങ്കിലും,
കാലത്തിന്റെ കുതിപ്പിൽ
നനുത്തനോവുകൾ ആർത്തലച്ചെത്തുന്നു.

അകവും പുറവും
എരിയുന്ന തീച്ചൂടിന്റെ പൊള്ളലുകൾ...

വരണ്ട മനസ്സുകൾ
കുളിർകാറ്റിന്റെ
സാന്ത്വനം തേടുമ്പോൾ
മഴമേഘങ്ങൾ പെയ്തൊഴിയാൻ
വിമ്മിഷ്ടം കാണിക്കുന്നു.

ഏതോ വിദൂരതയിൽ
കുഞ്ഞുനക്ഷത്രങ്ങൾ
മിഴി ചിമ്മുമ്പോൾ
ഇനിയുള്ള ദൂരം തിട്ടപ്പെടുന്നു.

പ്രതീക്ഷയുടെ നാളം മുന്നിൽ തെളിയുന്നു...

പ്രണയത്തുള്ളികൾ

കവിതയായ് പെയ്തിറങ്ങിയ
മഴമേഘമേ..!
കരളിലിറ്റിച്ച മഴത്തുള്ളികൾ
ഉള്ളിലെച്ചൂടിലുരുകിത്തിളച്ചു
വീണ്ടുമുയരവെ
അരികിൽ വന്നു നീ
തുള്ളിത്തുളുമ്പുന്നു

മഴയായ് പെയ്തൊരെൻ പ്രണയമേ!
പെയ്തിറങ്ങിയെന്നുള്ളിൽ
തീക്ഷ്ണമാം ആനന്ദലഹരിയായ്
ഈറനാം മിഴി തുടച്ചു
ചാഞ്ഞു ചരിഞ്ഞു പെയ്തീടവേ,
ചിതറി വീഴുമെൻ
മുടിയിലൂടെയെന്നുയിര്
ചുറ്റിപ്പിടിക്കുന്നു...

തോരാതെ നീയെൻ മേനിയിൽ
ചടുലതാളങ്ങളായി
മനം കുളിർക്കെ
മാനം കുളിർക്കെ

ഒഴുകുന്ന പ്രണയമഴയിൽ
കുതിർന്നുപോകുന്നു...

കവിതയായ് പെയ്തിറങ്ങിയ
മഴമേഘമേ ...
ഒരുമിച്ചു നനഞ്ഞിടാം
നമുക്കീ ശ്യാമരാവിൽ...

മഴഗീതം

എങ്ങും മഴയുടെ ആരവങ്ങൾ...

ഇറ്റിറ്റു വീഴുന്ന നീർമണിത്താളത്തിൽ
കടലാസുതോണിയായി
അലയുകയാണെന്നുള്ളം.

തെളിവാർന്ന മഴക്കിലുക്കത്തിൽ
ചുവടുവെച്ച ബാല്യകുതൂഹലം...

ഋതുഭേദത്തിൽ പേമാരിയായി
ചെറുചാറ്റലായ് വേനൽച്ചൂടിനെ
നനയ്ക്കാനെത്തുന്ന മഴ...

പച്ചപ്പട്ടുടയാട ചാർത്തിയ ഭൂമികന്യയെ
നവോഢയെപോലെ
അണിയിച്ചൊരുക്കുന്ന നീ
തോരാമഴയായി, ശാന്തയായി,
അതിലേറെ രൗദ്രയായ്....

നിശയുടെ അന്ധകാരത്തിൽ ആർത്തലച്ചും
പുലരിയിൽ ചിരിച്ചും
നിന്നിൽ എത്രയെത്ര ഭാവങ്ങൾ...!

മഴനൂൽതന്ത്രികളിൽ പുണർന്നൊരാ മഴയുടെ
ഈരടികളിന്നു ഞാൻ കാതോർക്കവേ,
ഹൃത്തിൽ കുറുകുന്നു മഴപ്പിറാവുകൾ.

എങ്കിലും ആകാശച്ചെരുവിൽ
മറഞ്ഞു നിൽക്കുവതെന്തേ?

ഇന്നെൻ ചിന്തകളിലെല്ലാം
നിന്നിൽ അലിയാൻ വെമ്പുന്ന
മഴതൻ കിനാവുകൾ...

മഴയേ, നിൻ വരവും കാത്ത്
ഒരുമിച്ച് നനയുന്ന തീരങ്ങളിൽ
അണയുവാനായ്...

വിലക്കുകൾ

സ്വതന്ത്രമായ ചിന്തകൾക്ക്
വാക്കുകൾ വിലങ്ങിടുമ്പോൾ
നിസ്സഹായാവസ്ഥ...

വ്യവസ്ഥാപിതമായ
നിയമാവലികൾ,
നന്മയുടെയോ തിന്മയുടെയോ?

ഓർമ്മകളുടെ ഏടുകളിൽ നിന്നും
പ്രോമിത്യൂസിന്റെ മോചനം...

സദാചാരത്തിന്റെ
തത്വസംഹിതകളിലൂടെ
സമാന്തര യാത്ര...

പരസ്പരം കൂട്ടിമുട്ടാത്ത രേഖകൾ
അനുസ്യൂതം ആശകളുടെ
നേർമുനകളാകുന്നു

ചൂതിലെ പരാജയം
പാഞ്ചാലിമാർ സ്വയം എരിഞ്ഞടങ്ങുന്നു

ബന്ധങ്ങൾ ബന്ധനങ്ങളുടെ
മേലങ്കിയണിയുമ്പോൾ,
അപൂർണതയുടെ പരിസമാപ്തി
അന്ധമായി സൃഷ്ടിച്ചെടുത്ത
അതിർവരമ്പുകൾ
മായ്ക്കപ്പെടുമ്പോൾ,
നേർകാഴ്ചയുടെ പാതകൾ സമന്വയിക്കുന്നു...

വിലക്കുകൾ വിലങ്ങുകളാകുന്ന
ഇരുണ്ട യാഥാസ്ഥിതികത്വത്തിൽ വെളിച്ചം വീശട്ടെ...

ദലമർമ്മരം

തണൽ തേടിയെത്തുന്നവർ
ഇലകൊഴിയുമ്പോൾ
പിൻവാങ്ങരുത്

മരത്തിന്റെ ആഴത്തിലുള്ള വേരുകളിൽ
പരസ്പരം ഹൃദയം കൊരുത്തു നില്ക്കണം

ഋതുക്കൾ മിന്നിമറഞ്ഞാലും
സ്നേഹാർദ്രമായ മനസ്സിന്റെ
കല്പനകൾ
നിത്യസുഗന്ധിയായി
പൂത്തുനില്ക്കും.

ചിലരിങ്ങനെയാണ്

അപ്രതീക്ഷിതമായ ചില
ബന്ധങ്ങളുടെ ചുളിവുകൾ
നിവർത്തുമ്പോൾ കാണാം
അണിഞ്ഞിരിക്കുന്ന
കുപ്പായത്തിന്റെ നിറങ്ങൾ.

എന്തെല്ലാം വർണ്ണങ്ങളാണ്!

അപരിചിതത്വം തോന്നാത്തവിധം
നമ്മിൽ എത്ര പെട്ടെന്നാണ്
വർണ്ണവിസ്മയം തീർക്കുന്നത്!

വാക്കുകൊണ്ടോ ഒരു നോട്ടംകൊണ്ടോ
ബന്ധങ്ങളുടെ ആഴങ്ങളിലേക്ക്
ഇറങ്ങിച്ചെല്ലും,
പടിവാതിലിൽ ഒരായിരം
പുഞ്ചിരി ചൊരിഞ്ഞുകൊണ്ട്...

മുത്തുപോലെ കോർത്തിണക്കിയ വാക്കുകളിൽ
സ്നേഹത്തൂവൽ തുന്നിവയ്ക്കും

ഹൃദയത്തിന്റെ അറകളിലേക്ക്
പ്രകാശം കോരിച്ചൊരിയും

ഞൊടിയിടയിൽ രുചിയും
അഭിരുചിയും ഒരുമിച്ച് നീണ്ട യാത്ര
വിഭവങ്ങളുടെ കലവറ സൃഷ്ടിക്കും,
എന്തോ നേടിയെടുക്കാനുള്ള ആവേശത്തിമർപ്പിൽ.

പിന്നീട് എത്ര പെട്ടെന്നാണ്
സ്വപ്നംപോലെ പഴയതിനെ
മറന്നുവച്ചു പരിചയത്തിന്റെ
പൂച്ചെണ്ടുകൾ തിരിച്ചുനൽകി
അപരിചിതരാവുന്നത്!

ഒരുപക്ഷേ, അടുത്ത കുപ്പായമണിഞ്ഞു
നിറങ്ങൾ തുന്നിവയ്ക്കാനുള്ള
തിടുക്കത്തിലാവാം...

നൊമ്പരം

മൗനത്തിൽ മൂടിവച്ചൊരീ
പ്രിയനൊമ്പരമേ...
സ്നേഹത്തിൻ
പൊൻതൂവൽ
തഴുകിയിട്ടും
മൂകദുഃഖങ്ങൾ അകറ്റാൻ
മറന്നു പോയതെന്തേ...?

അരികിലെത്താൻ
കൊതിച്ചിട്ടും
അകന്നു
നിൽക്കുവതെങ്ങനെ?

പിരിയുവാനാവാത്തൊരെൻ
മനം തേടുന്നു നിന്നെ...

നിഴൽച്ചിത്രം

എന്നിൽനിന്നടർന്നപ്പോൾ
എത്രയകലങ്ങളിലേക്ക്...

പാതിവഴി പിന്നിടുമ്പോഴും
നിഴൽച്ചിത്രമായോർമ്മകൾ...

കാലപ്രയാണത്തിൽ
നീയെന്ന നിനവുകൾ
തിരികെയെത്തുമ്പോൾ
ചേർത്തണച്ച കരങ്ങൾക്ക്
നൊമ്പരങ്ങളുടെ കഥ പറയാനുണ്ടാകും

നിശ്ശബ്ദമായി സ്വയം എരിഞ്ഞടങ്ങി
ഒരു വാക്കുപോലും പറയാതെ
വിടപറഞ്ഞകന്നു...

മൗനവ്യാപ്തിയളക്കുവാനാകാതെ
മനസ്സിലെവിടെയോ ഒരു തിരിനാളം
അണയാതെയവശേഷിക്കുന്നു...

ഒരു മാത്ര തിരിച്ചുവരുമെന്ന
വ്യർത്ഥമോഹം...

ഓർമകളുടെ കണക്കുപുസ്തകത്തിൽ
അനിവാര്യമായ
സമവാക്യസ്മരണകളാവാം!

പ്രത്യാശയുടെ നാളുകൾ

നടുങ്ങുന്നു ലോകം
മഹാമാരിയിൽ

കൊഴിയുന്നു
ജീവൻ നിത്യവും

വീടെന്ന കൂട്ടിലും
ഭീതി വിതയ്ക്കുന്നു
കൊറോണ...!

അജ്ഞാതമാം
സൂക്ഷ്മാണുവിൻ
ഉറവിടമറിയാതുഴലുന്നു
മർത്യൻ!

അകപ്പെട്ട കെണിയെത്ര
ഭയാനകം!

വിരൽത്തുമ്പിൽ ലോകം
തളച്ചിടുമ്പോൾ
നിനച്ചില്ലീ അടച്ചുപൂട്ടൽ...

മുഖാവരണത്തിൽ
അകലെയല്ലാതകലുന്നു
ബന്ധങ്ങൾ...

കൺകളിൽ
ഭീതിയുടെ നിഴലാട്ടം...

എത്ര സമർത്ഥമാം
തുല്യതയിൽ
താണ്ഡവമാടുന്നീ കൊറോണ!
ഭിന്നമാം മർത്യനിതിൽപ്പരമൊരു
ദുരവസ്ഥയുണ്ടോയീ ഭൂവിൽ...

ചുഴലുമീ ഏകാന്തതയിൽ
അസഹനീയമീ അതിജീവനമെങ്കിലും
ഭദ്രമാം, ഭീതിയൊഴിഞ്ഞ
നാളേക്കായ്
പ്രത്യാശയോടെ
കാത്തിരിക്കാം..!

നിനക്കായ്

ഏകാന്ത ജീവിതയാത്രയിൽ നിനക്കായ്!
നല്കിയൊരെൻ ആർദ്രസ്നേഹം
ആയിരം സ്വപ്നങ്ങൾ വിരിയിച്ചു
നിന്നുള്ളിൽ നിറദീപമായ്

ആർദ്രമാം സ്നേഹത്തിലലിഞ്ഞ നിൻ
ഹൃദയം രാഗങ്ങളായ് എനിക്ക് തന്നു,
എൻ മണിവീണയിൽ നിറമുള്ള
ഗാനങ്ങൾ കോർത്തിണക്കി...

നഷ്ടസ്വപ്നങ്ങൾക്കു ചിറകു വിടർത്തി നീ
ശിഷ്ടജീവിതം ധന്യമാക്കാൻ
ഇഷ്ടസ്വപ്നങ്ങൾക്കു വർണരാഗം തീർത്തു
നീയെൻ വഴിത്താരയിൽ വന്നടുത്തു!

അറിയുന്നു ഞാൻ നിന്നാത്മനിർവൃതി
മഞ്ഞുതുള്ളിപോൽ നേർത്ത കണങ്ങളായ്
വാനിൽ പറക്കുന്ന പറവകൾപോൽ
എത്ര വിചിത്രമാം നിന്റെ സ്വപ്നം!

വിടരാൻ കൊതിക്കും മുകുളം കണക്കെ
കൈകൂപ്പി നിന്നു ഞാൻ, എന്നിൽനിന്നും

എത്രയകലെയാണെങ്കിലും എന്നിലെ
സ്പന്ദനം അറിയുന്ന നീയെൻ
ചാരത്തണയുവാൻ കൊതിക്കുന്നുവോ?

ഓർക്കാതെ വന്നെൻ വീഥിയിൽ
സ്വപ്നസാഫല്യത്തിനായ്...!

ആർദ്രമാം സ്നേഹമോ, രാഗസന്ധ്യയോ,
ഹൃദയാഭിലാഷമോ അറിയില്ലെനിക്കിതുവരെ
ആരോരുമറിയാതെ സൂക്ഷിച്ചുവച്ചു ഞാൻ
മധുരമാം ഓർമ്മയായ് എന്നുള്ളിൽ എന്നും
നിനക്കായി, നിറദീപമായി...

ബോൺസായ്

മനോഹരമായ ബോൺസായ്
കലാഹൃദയത്തിന്റെ
കൈവിരുതാവാം,
അലങ്കാരത്തിന്റെ രൂപമാറ്റവും...!

വിശാലമായ സൗന്ദര്യത്തെ
കൈക്കുമ്പിളിൽ
ഒതുക്കാനുള്ള
വ്യഗ്രത.

തളച്ചിടുന്ന
വേരുകളിലൊതുങ്ങി,
കരുതലിന്റെയും
ആഡംബരത്തിന്റെയും
കവചത്തിനുള്ളിൽ
തളിരിടുന്നു,
കാഴ്ചയുടെ കുളിർമയേകി...

ജീവിതയാത്ര

മിഴികളിൽ നിറഞ്ഞൊരീ അശ്രുകണങ്ങൾ
മന്ദസ്മിതത്തിലൊതുക്കി
മറുകര ലക്ഷ്യമാം യാത്ര തുടരവേ,
പാതിവഴിയിൽ വന്നൊരാ വിപത്തിൽ
തളരാതെ നിന്നൊരെൻ മാനസം.

പിന്നിട്ട വഴിയിൽ പിടഞ്ഞൊരെൻ
ആത്മനൊമ്പരം,
മായാതെ തെളിയുമീ സ്മരണകൾ,
അലകളായി ആഴങ്ങളിൽ
മുങ്ങി പൊങ്ങവേ,
തീരത്തണയാൻ ഇനിയെത്ര ദൂരം?

വിശാലമാം സാഗരത്തിൽ
അഗാധമാം ഗർത്തമോ
മറുതീരമോ... ?

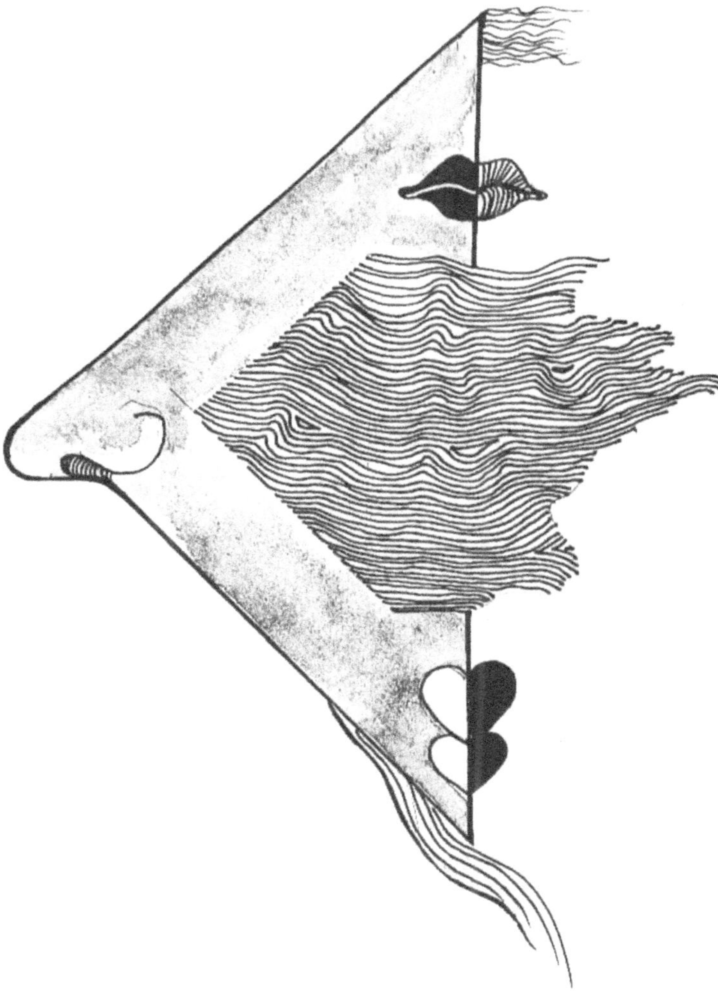

മഴ നനയാനിറങ്ങുന്ന കുട

പെയ്തുതോർന്ന
മഴയിലൂടെ
ഒരു കുട നടക്കാനിറങ്ങുന്നു.

കാതോർത്താൽ കേൾക്കാം മഴത്തുള്ളി കിലുക്കം...

ഇലകളും, പുൽനാമ്പുകളും
മുത്തുകളായ് തിളങ്ങുന്നു...

വൃക്ഷത്തലപ്പുകളിൽ
ഇണക്കിളികൾ കൊക്കുരുമ്മി
തൂവൽ മിനുക്കുന്നു

പൂക്കളുടെ സമ്മതമില്ലാതെ
ശലഭം പൂവിനെ ചുംബിക്കുന്നു.

കുടയാവട്ടെ,
നനഞ്ഞ
ഓർമ്മയിൽ
പെയ്തൊഴിഞ്ഞ
മാനത്തേയ്ക്ക് നോക്കി
വീണ്ടും മഴയെ തിരയുന്നു.

അപ്പോഴിതാ
വിടർന്ന
പുഞ്ചിരിയുമായി
വെയിൽ
നീണ്ടവിരലുകൾകൊണ്ട്
ഇലകളിൽ ചിത്രം വരയ്ക്കുന്നു.

എങ്ങുനിന്നോ വന്ന
കള്ളക്കാറ്റ്
മഴത്തുള്ളികളെ
കുടഞ്ഞിട്ടു പറന്നുപോകുന്നു.

കരിമേഘങ്ങളിൽ നിന്നും
കാറ്റിനോട് കലഹിച്ച മഴത്തുള്ളിയോട്
എന്തു പരിഭവം
പറയാനെന്ന് വെയിൽ!

കുടയപ്പോഴും
ഇളകിയാടുന്ന
പുൽക്കൊടിയിലൂടെ
അലക്ഷ്യമായി
നടക്കാനിറങ്ങുന്നു,
വീണ്ടുമൊരു
മഴമുഖം മനസ്സിൽ
കോറിയിട്ട്
ഒരിക്കൽ കൂടി
ആവോളമൊന്നു നനയുവാനായി...

പെൺമുറിവ്

ഓരോ പ്രഭാതവും
കൺതുറക്കുന്നത്
പുതുവെളിച്ചത്തിലൂടെ
പാതിരാമയക്കത്തിന്റെ
ഉണർവിൽ...

അന്ധകാരത്തിന്റെ ചുഴിയിൽ
ചിതറുന്ന
ചില്ലുകൊട്ടാരത്തിന്റെ
ചീളുകൾ
കോറിയ മുറിവിലൂടെ
പാതിമുറിഞ്ഞ സ്വപ്നാടനം.

ജാലകപ്പഴുതിലെ
നേർത്ത
വെയിൽനാളങ്ങളിലും
മഴച്ചാർത്തിലും
നിനവുകൾക്കു
നിറം പകരാൻ
ശ്രമിക്കുമ്പോൾ
മറയ്ക്കപ്പെടുന്ന
തിരശ്ശീലകൾ...

അടുക്കളപ്പുകയിൽ
നിന്നുയരുന്ന
കറിക്കൂട്ടുകളുടെ
രുചിഭേദങ്ങൾക്കപ്പുറത്ത്
അറിയാതെ പോകുന്ന

പെൺമനസ്സിന്റെ അഭിരുചി
സഹനമെന്ന വാക്കിന്റെ ബലം
കൂടിയതുകൊണ്ടാവാം
നിശ്ശബ്ദമായത്.

മാറ്റങ്ങൾക്ക് മുറവിളി കൂട്ടുമ്പോഴും
നിഷ്ഫലമാകുന്ന കാഴ്ചകൾ...

പറന്നുയരാനുള്ള ചിറകുകൾക്ക്
തടയിടുന്ന
സമൂഹത്തിന്റെ പൊയ്മുഖം...

തുറന്നിട്ട പകലിനും
അടച്ചിട്ട രാത്രിയ്ക്കുമിടയിൽ
എരിയുന്ന പെൺമനം...

ത്യാഗത്തിന്റെയും
കടമയുടെയും
കണക്കുപട്ടിക
പൂർത്തിയാക്കുമ്പോൾ
സ്വന്തമെന്ന് കരുതിയത്
സ്വന്തമല്ലെന്ന തിരിച്ചറിവിൽ
അടയ്ക്കപ്പെടുന്ന
വാതിലുകൾക്കു
മുന്നിൽ ഉരുകുന്ന പെൺമനം...

തേങ്ങലുകൾക്കു
വിരാമമില്ലാതെ
ഭീതിയുടെ
ഇരുളിൽ നിന്നും
വെളിച്ചത്തിലേക്ക്
ഇനിയെത്ര ദൂരം...?

ഒറ്റമരം

ഏകാന്തതയുടെ തടവറയിൽ
നിന്നിലേക്ക് തുറക്കപ്പെട്ട
ഒറ്റവാതിൽ...

മനസ്സെന്ന മരുഭൂമിയിൽ
തലയുയർത്തി നിൽക്കുന്ന
മുൾച്ചെടികൾ...

നീയെന്ന മരച്ചില്ലയിൽ നിന്നും
പറന്നകലുന്ന പക്ഷികൾ...

ഉള്ളിൽ പുകയുന്ന
മൗനത്തിന്റെ വേരറ്റ വാക്കുകൾ
ദൂരെമായുന്നു...

ശൂന്യതയുടെ കുപ്പായമണിഞ്ഞ
രാപ്പകലുകളിൽ നിന്നും
നിശ്ശബ്ദതയെ സ്വയംവരിച്ച്
എരിഞ്ഞടങ്ങുന്ന ജീവിതം...

ആഗ്രഹിച്ച സ്വപ്നങ്ങളുടെ
സാക്ഷാത്ക്കാരത്തിനപ്പുറത്ത്

ജീവിതമെന്ന യാഥാർത്ഥ്യത്തിന്റെ
മരവിപ്പ്...

പൊള്ളുന്ന ഹൃദയത്തിൽ
വികാരത്തിന്റെ വേലിയേറ്റവും
വേലിയിറക്കവും
ആഞ്ഞടിക്കുന്ന കൊടുങ്കാറ്റിലാടിയുലയുന്നുവെങ്കിലും,
ഏതോ പച്ചപ്പ് പുതച്ച താഴ്‌വാരങ്ങളിലേയ്ക്ക്
ഊർന്നിറങ്ങി
തണലേകിക്കൊണ്ടേയിരിക്കുന്നു...

പ്രണയം

നിന്നിലെ
ഒരിക്കലും
കെടാത്ത
പ്രണയാഗ്നിയാണ് ഞാൻ.

നീ എന്റെ ആത്മാവിൽ
ആഴ്ന്നിറങ്ങിയ
ജീവന്റെ വെളിച്ചവും...

തെച്ചി

വീടിന്റെ വടക്കുഭാഗത്തായിട്ടാണ്
തെച്ചിയുടെ സ്ഥാനം.

അശോകത്തെച്ചിയെന്നാണ്
അമ്മ പറയാറുള്ളത്

കാലപ്പഴക്കമുള്ളതിനാൽ
നട്ടതാരെന്നറിയില്ല

തെച്ചിയെപ്പറ്റിയുള്ള കുഞ്ഞുകഥകൾ
അമ്മ കേൾപ്പിക്കാറുള്ളതുകൊണ്ടാവാം
പൂക്കളുടെ നാമത്തിൽ തെച്ചി ഇടം പിടിച്ചത്.

ചുറ്റിലും പാറിപ്പറക്കുന്ന
വർണ്ണശലഭങ്ങളെ കൂട്ടുപിടിച്ച്
അതിർത്തിയിലുള്ള
ചെമ്പരത്തിയെ നോക്കി,
തെല്ലഹങ്കാരത്തോടെ
തലയെടുപ്പോടെ തെച്ചി...

പടിഞ്ഞാറേ ചക്രവാളച്ചോപ്പിന്റെ
പൊൻകിരണങ്ങളിൽ
പ്രഭ ചൊരിയുന്ന

തെച്ചി........

പേമാരിയിലോ കാറ്റിലോ
ആടിയുലയാതെ
ഏറെ ദൂരം പിന്നിട്ടുവെങ്കിലും,
നട്ടുനനച്ചവരും കഥയോതിയവരും
മറഞ്ഞുപോയതുകൊണ്ടാവാം
ഒരുപക്ഷേ,
തെച്ചിയും വീണുപിടഞ്ഞു നിലംപതിച്ചത്...

വടക്കുഭാഗവും തെക്കുഭാഗവും
നിറഞ്ഞ ശൂന്യത...

തലമുറകളിലൂടെ കഥകൾ കൈമാറുമ്പോൾ
മനസ്സിലിപ്പോഴും
പൂത്തുനിൽക്കുന്നു
തെച്ചിയെന്ന അശോകത്തെച്ചി...!

കാഴ്ച

ഋതുക്കൾ മാറുന്നപോൽ,
ഒരു ചില്ലയിൽ നിന്നു മറ്റൊന്നിലേക്ക്
ചേക്കേറുന്ന പക്ഷിക്കൂട്ടംപോൽ
പറന്നുയരുന്നു നാം.

പുതുമയുടെ പുതുമോടിയിൽ
കാഴ്ചയുടെ മേച്ചിൽപ്പുറങ്ങൾ തേടി,
നാട്ടുനന്മയുടെ ചേതനയെ തിരിച്ചറിയാതെ,
നട്ടുനനയ്ക്കാതെ,
വെട്ടിനശിപ്പിക്കുന്ന ഹരിതവർണ്ണങ്ങൾ
ചായക്കൂട്ടുകളുടെ
നിറച്ചാർത്തണിയിക്കുന്നു.

വരും തലമുറയ്ക്കായി വിനാശം വിതച്ചു
വർണസൗധങ്ങൾ വാനിലേക്ക് ഉയരുന്നു.

നീരുറവകളുടെ നീർച്ചാലുകൾ
നോവിന്റെ കണ്ണീർക്കയങ്ങളിലേയ്ക്ക്
ഉരുകിച്ചേരുമ്പോൾ,
കാടില്ല, കാട്ടരുവിയില്ലാതെ
ജീവജാലങ്ങൾ
ഭീഷണിയുടെ പ്രതീകങ്ങളാകുന്നു.

മർത്ത്യൻ മർത്ത്യനെ തിരിച്ചറിയാതെ
പിറന്ന മണ്ണിന്റെ വേരുകൾ
ഊട്ടിയുറപ്പിക്കാതെ
സ്വപ്നകവാടങ്ങൾ ഉയർത്തി,
യന്ത്രം കണക്കെ യാത്ര തുടരുന്നു...

മൃത്യു

എത്ര സമർത്ഥമായിട്ടാണ്
മരണം കണ്ണ് മൂടിക്കെട്ടിയത്..!

മൗനത്തിന്റെ നാനാർത്ഥങ്ങൾ
തിരയാൻ വൈകിയപ്പോൾ
പ്രാണനെടുത്തില്ലേ...?

അവസാനകാലത്ത്
അകറ്റിനിർത്തിയപ്പോൾ
അണയാനുള്ളതാണെന്നറിഞ്ഞില്ല...

സമയം അതിന്റെ കൃത്യനിർവഹണം
പാലിച്ചതാണോ?

തികച്ചും അവ്യക്തത!

ഉത്തരം കിട്ടാത്ത നൂറുനൂറു
ചോദ്യങ്ങളുടെ
മുൾമുനകൾ കാതിൽ
തുളച്ചുകയറുന്നു...

ഉള്ളിൽ പിന്നിട്ട നാളിലെ
കയ്പ്പും മധുരവും
ചവച്ചിറക്കുമ്പോൾ
കാലത്തെ സാക്ഷിനിർത്തി
വിധികളുടെ കൈകളിലമർന്ന
ജീവന്റെ തുടിപ്പ്
എന്നെന്നേക്കുമായി
നിലച്ചെങ്കിലും
ഹൃത്തിലിന്നും
ജീവിക്കുന്നു ....

സ്ലേറ്റ്

എന്റെ ആദ്യപ്രണയം നിന്നോടായിരുന്നു.

ആദ്യക്ഷരങ്ങൾ എഴുതിയതും
തെറ്റുകൾ തിരുത്തി
കൂട്ടിവായിച്ചതും നിന്നിലൂടെയായിരുന്നു.

എന്നിലെ ക്ഷമാശീലത്തിന്റെ
ആദ്യചുവടും നിന്നിലൂടെയായിരുന്നു.

അലങ്കാരമോ ആർഭാടമോ
ഇല്ലാത്ത നിന്റെ രൂപത്തെ
മഷിത്തണ്ടാൽ നിറം മങ്ങാതെ
മാറോടു ചേർത്ത് വെച്ചതും
ചിലപ്പോൾ ശകാരത്തിന്റെ മറയായതും
മഴയത്ത് കുടയായതും
എത്ര കരുതലോടെയായിരുന്നു!

അത്രമേൽ പ്രണയാർദ്രമായതുകൊണ്ടാവാം
ഉടയാത്ത ഓർമ്മകളിലിന്നും
തെളിഞ്ഞു നിൽക്കുന്നതും

മായ്ച്ചെഴുതിയ ശരികളെല്ലാം
ഇന്നിന്റെ അമൂല്യമായ
അക്ഷരക്കൂട്ടുകളായതും.

തിരുത്താൻ കൂട്ടാക്കാത്ത
പുതുതലമുറയുടെ പാഠങ്ങളിൽ
നീ ഇല്ലാതെ പോയതും...

പെയ്തുതോരാതെ

ഒരു പെരുമഴക്കാലത്താണ്
നീ എന്നിലേക്ക്
പെയ്തിറങ്ങിയത്.

ഓരോ തുള്ളിയും എന്റെ
ആത്മാവിനെയാണ്
തൊട്ടുണർത്തിയത്.

ഒരു കുമ്പിൾ കുളിര്
മോഹിച്ചപ്പോൾ
നമ്മൾ നനഞ്ഞു കുതിർന്നില്ലേ?

ഇനിയും പെയ്തിറങ്ങണം
നിന്നിലൂടെ
തോരാതെയങ്ങനെ...

കാക്ക

ഇരുട്ടിന്റെ ചിറകുമായി
പകൽവെളിച്ചത്തിൽ
പാറിപ്പറക്കുന്ന
കാക്കയെന്ന
പക്ഷി...

ബലിച്ചോറും എച്ചിലും
തേടിയിറങ്ങുമ്പോൾ
സ്വന്തം പേര് കാറി വിളിച്ചു
കരയുന്ന പക്ഷി...

ആട്ടിയോടിക്കുമ്പോഴും
തിരികെ വരാൻ
വിധിക്കപ്പെട്ടവ...

നിലാവ്

ജാലകപ്പഴുതിലൂടെ
നിലാവിനെ
നോക്കി നിൽക്കുമ്പോൾ
കണ്ണെത്താദൂരത്തു നിന്ന്
താരകങ്ങൾ
പരിഭവങ്ങളുടെ
കഥയോതുകയായിരുന്നു...

നിലാവിന്റെ ചില്ലയിൽ
സ്വപ്നക്കൂട് നെയ്തുതന്നിട്ടും
ഇരുളിൽ
നിരാലംബയായി ഞാൻ...

വസന്തരാഗം

വിദൂരതകൾക്കപ്പുറം നിന്നെത്തി
സ്നേഹത്തിൻ കൈത്തിരിനാളമായ്
പൂവിൻ സുഗന്ധമായെങ്ങുനിന്നോ
നീയെന്നരികിലെത്തി
മൗനനൊമ്പരങ്ങളകറ്റി
ഹൃദയതന്ത്രികൾ
സംഗീതസാന്ദ്രമാക്കി
ജന്മപുണ്യത്തിൻ സുകൃതമായ്
വാസന്തവർണ്ണകാലം വീണ്ടും
നീയെന്നിലരുമയായ് വിടർത്തിയോ?

ഇന്നെന്നോരോ നിശ്വാസത്തിലും
പൂവിൻ പരിമളമായ്,
കന്നിമഴയേറ്റ മണ്ണിൻ ഗന്ധമായ്,
മെയ്യും മനവും കുളിരണിയിക്കുന്ന
വസന്തത്തിൻ വിരിമാറിൽ
പാതിമെയ്യിലിതളായ് വിടരുവാൻ
നിറയും സ്നേഹമിഴികളാൽ
പൂങ്കിനാവുകളെ താലോലിക്കാം...

നിന്നോടൊപ്പം നനയുമ്പോൾ

നമ്മൾ,
പെയ്തു തോരാത്ത മഴത്തുള്ളികൾ...

ഉഷ്ണം തിങ്ങും വേനൽച്ചൂടിൽ
ഉള്ളം പുകഞ്ഞ ശലഭങ്ങൾ
പാതിവഴിയിലുപേക്ഷിച്ചുപോയ
ഒരുപിടി സ്വപ്നങ്ങൾ...

ഇനിയുമീ ജീവിതധരണിയിൽ
കെട്ടിയാടാൻ വേഷങ്ങളേറെ...

കാലത്തിനു മുൻപേ കടന്നുപോയ
നിൻ പ്രണയദൂരം പിന്നിടുമ്പോൾ
സ്വപ്നങ്ങളുടെ ചിറകിലേറി
നിന്നിലെ മഴയിൽ
നനഞ്ഞു കുതിരണം...

ഓർമയുടെ അറ്റത്ത്
പെയ്തുതോരാത്ത
മഴയുടെ നനുത്ത ഗന്ധം...

യാത്ര പറയാതെ പോയ
കിനാക്കളിൽ നിന്നും
ഇനിയും ജീവിതത്തിന്റെ
അർത്ഥങ്ങൾ തിരയണം...

സാന്ത്വനതീരങ്ങളിലേക്ക്

ജീവിതപ്പച്ചയിൽ ചില വേരുകൾ
അവശേഷിക്കുന്നു.

അവിചാരിതമാം ആത്മബന്ധംപോൽ
തന്നിലേക്ക് ആഴ്ന്നിറങ്ങി
തീരത്തണയും മുമ്പേ തളിരിടാനായി...

പച്ചിലക്കൊമ്പിൽ നാമ്പിടുന്ന തളിരിലകൾ
ഊർന്നുവീഴുന്ന മഴത്തുള്ളികളെ
ചേർത്തണയ്ക്കുന്നപോൽ
നെടുവീർപ്പുകൾ ഏറ്റുവാങ്ങി
ഹൃദയത്തോട് ചേർത്തുവച്ചു
സാന്ത്വനത്തിന്റെ തണലായി
ബാക്കിവെച്ച മോഹങ്ങൾക്ക്
പച്ചപ്പ് പകരാൻ
ഒരേവീഥിയിൽ ഒരുമിച്ച്
സഞ്ചരിച്ച് മറുതീരത്തേക്ക്
യാത്ര ചെയ്യുന്നവർ...!

രണ്ടിലകൾ

ആത്മബന്ധത്തിൻ
ഉടലാഴങ്ങളിൽ
ആയുർരേഖകളുടെ
താഴ്വരകളിൽ
ഇണപിരിയാതെ
ഒട്ടിപ്പിടിച്ച്
മരണത്തിലും
വേർപിരിയാതെ
മണ്ണിൽ പ്രണയത്തിന്റെ
വിത്തുകൾ പാകി രണ്ടിലകൾ!

തിരികെ വരാത്ത ഋതുക്കൾ

ഓർമ്മകളുടെ ഇടവഴികൾ മറവിയുടെ വേനലായി
മാറിക്കൊണ്ടിരിക്കുകയാണ് ...

നൊമ്പരക്കാറ്റേറ്റ മരങ്ങൾ അങ്ങിങ്ങായി ...

മരക്കമ്പുകളിൽ കൊഴിയാൻ വീർപ്പുമുട്ടുന്ന ഇലകൾ...

വീണടിഞ്ഞ കരിയിലയ്ക്കാകട്ടെ, കദനങ്ങളേറെ...

പ്രതീക്ഷയറ്റ പുൽനാമ്പുകളിൽ
ഏറെ സൂക്ഷിച്ചുനോക്കിയാൽ കാണാം
ജീവന്റെ ഉൾത്തുടിപ്പുകൾ ...

പണ്ടെന്നോ വീശിയ പരിചിതമായ കുളിർകാറ്റ്
നൊമ്പരക്കാറ്റായി വീശുകയാണിപ്പോൾ.

ഇഷ്ടമുള്ള തെച്ചിയും കൃഷ്ണകിരീടവും
നഷ്ടസുഗന്ധത്തിന്റെ അവശേഷിപ്പുകൾ

ഒരറ്റം മുതൽ മറ്റേയറ്റം വരെ വക്കടർന്ന മതിൽക്കെട്ടുകൾ...
അതിനിടയിൽ തലചായ്ക്കുന്ന ഉറ്റവർ
എത്ര ഗദ്ഗദങ്ങൾ നെഞ്ചിലൊളിപ്പിച്ചാവാം
അവസാന ഉറക്കത്തിലേക്ക് നീങ്ങിയത് ...!

ഒരിക്കൽക്കൂടിയാ ഹൃദയം മിടിച്ചിരുന്നെങ്കിലെന്നു
ഒരുവേള ഞാനാശിച്ചുപോയി,
അനാഥത്വത്തിന്റെ ആത്മരോദനം
അനന്തമായി നീളുന്ന നീറ്റലുകളിലൂടെ
നടന്നുനീങ്ങാനാവാതെ
തിരികെ നടക്കാനാവാതെ
ഒന്നും ഓർത്തെടുക്കാനാവാതെ...

ഉണങ്ങാനിട്ട മുറിവുകൾ

ചിന്തയുടെ ചില്ലകളിൽ
ഉണങ്ങാനിട്ട മുറിവുകൾ
മൗനം പുതച്ചുറങ്ങുന്നു.

നീറുന്ന വേദനയാൽ
ഇടയ്ക്കൊക്കെ കാറ്റിലാടി
ഉലയുന്നു...

അസ്വസ്ഥതയുടെ കാർമേഘത്തിൽ
നിന്നൊരു തുണ്ടു വെളിച്ചം...

കൂരിരുട്ടിലെ നക്ഷത്രത്തിളക്കം
ഇലയനക്കമില്ലാത്ത മൂകതയിൽ
മരച്ചില്ലയിലേയ്ക്ക് കൈനീട്ടുന്നു...

മനസ്സിന്റെ മണ്ണിലൊരു
കാട് പൂക്കാനാവാതെ...

മൗനം കുടിച്ചിറക്കുന്ന ചിന്തകളിൽ
ജീവിതം ബാക്കി വെക്കവേ
ഉണങ്ങാനിട്ട മുറിവിലൂടെ
എന്നിലെ വിത്തുകൾ മുളച്ചിടട്ടെ...

നിശ്ശബ്ദ ഗർജ്ജനം

അനാഥത്വത്തിന്റെ കണ്ണീരുപ്പുകലർന്ന
സ്വപ്നങ്ങളിൽ
തുളച്ചുകയറിയ വെടിയുണ്ടകൾ
മഞ്ഞുമലകളിൽ അശാന്തിയുടെ
പ്രതിധ്വനികളായി
അലയടിക്കുന്നു.

മരവിച്ച ഇലഞരമ്പുകളിൽ
രുധിരപ്രവാഹമുറഞ്ഞ് മൂകസാക്ഷിയായ്
ചിനാർ മരങ്ങൾ.

ആർക്കുവേണ്ടിയാണീ
വിദ്വേഷത്തിന്റെ
വിഷധൂളികൾ?

ഇനിയെങ്കിലും,
അധികാരാധീശത്വത്തിന്റെ അടയാളബിംബങ്ങളുടെ
ഇടയിൽ നിന്ന് മോചിതരാവുക.
സ്നേഹത്തിന്റെ, കരുതലിന്റെ പടവാളാവുക.

മുള്ളുകൾ തറയ്ക്കാത്ത
പടവുകൾ കയറിക്കയറി
ആകാശക്കാഴ്ചകളാസ്വദിക്കുക.

സ്വയമെരിഞ്ഞ് ദീപ്തമാം പ്രഭ ചൊരിയും
ഭൂമിയിലെ സകല ചരാചരങ്ങൾക്കും രക്ഷകനാം
സൂര്യവെളിച്ചത്തിലാണല്ലോ
ഭൂമിയിൽ ജീവൻമരണപോരാട്ടം!

ആയുധത്തഴമ്പുള്ള കൈകളിൽ
മനുഷ്യത്വത്തിന്റെ,
സാഹോദര്യത്തിന്റെ,
മാനവമൈത്രിയുടെ
നനുത്ത വെണ്മ നിറയ്ക്കുക.

പ്രകൃതിയുടെ അനുഗൃഹീതമാം
സൗവർണ്ണക്കാഴ്ചകളിലേക്ക്
മെല്ലെത്തിരിഞ്ഞു നോക്കുക.

വസന്തം മുഴുവനൊരു കുടക്കീഴിലാക്കി
ചരിത്രമുറങ്ങുന്ന ഭൂമിയിലെ സ്വർഗ്ഗതാഴ്വര,
വശ്യമനോഹരിയായ്
പൂ ചൂടി നിൽക്കും
പ്രണയോദ്യാനം!

ഹിമവാന്റെ മടിത്തട്ടിൽ സ്ഫടിക പ്രതീതിയുണർത്തുന്ന
മഞ്ഞു പുതച്ച പൈൻമരങ്ങൾ!

മേഘങ്ങൾ മുഖം മിനുക്കും
നീലജലാശയം,
ഗിരിനിരകളിൽ
മഞ്ഞിൻ തലപ്പാവ്.

ഒഴുകുന്ന തടാകത്തിൽ
ജീവിതം കരയ്ക്കടുപ്പിക്കും
നിഷ്കളങ്ക ഗ്രാമീണർ
മണ്ണിലുറപ്പിച്ച ദേശസ്നേഹം
ആകാശത്തിനു കീഴെ, മറ്റൊരിടത്തും
പറിച്ചുനടാനാശിക്കാതെ
ഉൾത്തുടിപ്പുമായെങ്കിലും
ഭീതിയും പേറി ജീവിക്കുന്നു.

ഭയവിഹ്വലത തൻ നിഴലില്ലാത്തൊരു ചില്ലുകൊട്ടാരം,
സ്നേഹപ്പൂക്കൾകൊണ്ട്
ചുറ്റുമതിൽ,
അതിരുകളിൽ നന്മയുടെ
സുഗന്ധം പരത്തി,
വേലിക്കെട്ടിനിരുപുറവും
ടുലിപ് പൂക്കളിൽ
വർണ്ണശലഭങ്ങളെന്നും പാറിപ്പറക്കട്ടെ,
നന്മയുടെ മധു നുകരാൻ.

ഓരോ ഹൃദയവാനിലും
ദേശീയതയുടെ
ത്രിവർണ്ണപതാക പാറിപ്പറക്കട്ടെ...

തുളസീഹാരം

കണ്ണാ... നീയെൻ കാർമുകിൽവർണ്ണാ...
യദുകുലം തന്നിൽ വളർന്നൊരെൻ കണ്ണാ...
ഗോക്കളെ മേച്ചെന്നും മായകൾ കാട്ടി നീ
ഹരിമുരളീരവം തീർക്കുന്നു കണ്ണാ...

ഗോപസ്ത്രീകൾ തൻ പരിഭവം മായ്ക്കുന്നു
പാൽപ്പുഞ്ചിരി തൂകി കാർമുകിൽവർണ്ണൻ...
ബ്രഹ്മാണ്ഡമഖിലവും ഉള്ളിലൊതുക്കി
പാരിൽ അവതരിച്ചീമണിവർണ്ണൻ

ഹരിനാമകീർത്തനം പാടുമെന്നുള്ളിൽ
തെളിയുന്നു കണ്ണാ നിൻ മോഹനരൂപം
ഭക്തകുചേലനെ അവിൽപ്പൊതിക്കൊപ്പം
ഹൃദയത്തിനുള്ളിൽ കോർത്തൊരെൻ കണ്ണാ...
കടലോളം കാരുണ്യം ചൊരിയുമെൻ യദുനാഥൻ
ഗീതയിൽ ധർമം പകർന്നുതന്നു

പ്രപഞ്ചപ്പൊരുളേ! നിന്മുന്നിൽ നിൽക്കുമ്പോൾ
അറിയുന്നു ഞാൻ ജന്മാന്തരപുണ്യം
കണ്ണാ.... നീയെൻ കാർമുകിൽവർണ്ണാ...
യദുകുലം തന്നിൽ വളർന്നൊരെൻ കണ്ണാ...